క్రీడాభిరామము

D1651945

వినుకొండ వల్లభరాయడు

విషయసూచిక

1. మొదటి భాగము	3
2. రెండవ భాగము	13
3. మూడవ భాగము	21
4. నాలుగవ భాగము	29
5. ఐదవ భాగము	42
6. ఆరవ భాగము	54
7. ఏడవ భాగము	65
8. ఎనిమిదవ భాగము	72

2

1. మొదటి భాగము

కృత్యవతరణిక

గణన కెక్కిన దశరూపకముల యందు
వివిధ రసభావ భావన వీధి లెస్స
ఏ కవీంద్రుడు రచియించె నీ ప్రబంధ
మనుచు మీ రానతిచ్చెద రైన వినుడు

కృతికర్త వంశ వర్ణన

అఖిల ప్రపంచంబు నన్యథా కల్పించె
పటురోషరేఖ సాఫల్యమొంద
త్రైశంకసంబైన తారకామండలం
బాకాశ మార్గంబు నందు నిలిపె
మాలినీతీర నిర్మల సైకతములలో
మేనకాప్సరసతో మేలమాడె
నామ్నాయమాత గాయత్రీమహాదేవి
ప్రణుతించి బ్రహ్మర్షి పదము గాంచె

నెవ్వడాతండు సామాన్యఋషియె తలప
దాటకా కాళరాత్రికి దాశరథికి
కాలకంధర కోదండ ఖండనునకు
కార్ముకాచార్యవర్యుండు గాధిసుతుడు

ఆ విశ్వామిత్రు గోత్రంబను జలనిధి యాహ్లాదముం బొందుచుండన్
భూవిఖ్యాత ప్రభావాభ్యుదయు డుదయం బొందె నాచంద్రకీర్తుల్
ద్యావాపృథ్వ్యంతరాళాంతరముల నతి నిస్తంద్ర చంద్రాతపశ్రీ
ధావళ్య స్ఫూర్తి లక్ష్మీతరళతర కళా ధాళధళ్యంబు సూపన్

ఆ మంత్రీశ్వరు కూర్మినందనుడు చంద్రామాత్యు డంభోజభూ
భామా రత్న పయోధరద్వయ తట ప్రాలంబనైపథ్య ము
క్తా మాణిక్య నిభాభిరూప్యపద వాక్యప్రౌఢ సాహిత్య వి
ద్యా మాహాత్మ్య విలాస సమ్ముదిత విద్వన్మానసుండిద్ధరన్

కర్ణాటక్షితినాథుడైన పెదబుక్కక్ష్మాప దేవేంద్రు న
భ్యర్ణామాత్యుని దానఖేచరుని చంద్రాధీశు బంధుప్రియున్
వర్ణించున్ కవికోటి శంకరజటా వాటీ తటాంతర్నదత్
స్వర్ణద్యంబు తరంగరింగణ లసత్సాహిత్య సాహిత్యయై

ఆ చంద్రమంత్రి మణికిని
పోచాంబారత్నమునకు బుట్టెను బుధ ర
క్షాచణుడు మంచనార్యుడు
వాచస్పతి సదృశ బుద్ధివైభవుడగుచున్

మంచనార్యు తిప్పమకును సుపుత్రులు
నలువురెన్న సింగనయును తిప్ప
నయును మల్లనయును నయనీతి సత్కళా
న్వితుడు చెన్నమంత్రి విభుడు ననగ

సింగరామాత్య సుతుడు సుస్థిరగుణుండు
మానినీమన్మథుడు చంద్ర మంత్రివరుడు
వెలసె వైభవముల దేవవిభుని బోలి
సకలబుధతతి యెల్లను సంస్తుతింప

మిరుతూరి విట్ఠమంత్రీ
శ్వరుతనయ వరించె మల్లసచివాగ్రణి శం
కరు డద్రిరాజనందన
పరిణయ మగుభంగి నధిక భాగ్యోన్నతుడై

మల్లనమంత్రికిం ద్రిపురమా తరళాక్షికి కాంతి రోహిణీ
వల్లభు లాత్మసంభవులు వల్లభ లింగన తిప్పన క్షమా
వల్లభ మంత్రిశేఖరులు వారవధూజన పుష్పభల్లు లు
త్ఫుల్ల యశోవిభాసితులు పుణ్యులు లింగన భైరవేంద్రులున్

అందు

తారకామందార తారాచలంబుల
తో రాయు నెవ్వాని చారుకీర్తి
భావసంభవ భద్ర దేవేంద్రసూనుల
మరపించు నెవ్వాని మహితమూర్తి
జీమూతవాహన శిబి సూర్యతనయుల
ధట్టించు నెవ్వాని దానశక్తి
భార్గవ గార్గ్య గీష్పతి మతిప్రౌఢిమ
నిరసించు నెవ్వాని నిశితబుద్ధి

యతడు రిపురాజ రాజ్య సప్తాంగ హరణ
కరణ పరిణత యుక్తి ప్రకాశమాను
డతులితాచార విజిత గంగాత్మజుండు
మర్త్యమాత్రుండె వల్లభామాత్యవరుడు

వాదాల సురధునీ వీచికాగంభీర
వాచావిలాసుడు బైచమంత్రి
పల్లవోష్ఠీ మానసోల్లాసకృతి పుష్ప
భల్లావతారుండు మల్లవిభుడు
పన్నగాలంకార పన్నీరజ ధ్యాన
సన్నుతాత్ముండు పోచన్న శౌరి
ప్రత్యగ్రసహజ సాహిత్య విద్యా కళా
న్నత్యుండు తిప్పనామాత్యఘనుడు

నందనులు చంద్ర మందార కుంద కుముద
గంధకీ గంధసార సౌగంధ్య బంధు
బంధురోదారకీర్తి సౌభాగ్యనిధికి
మల్లికార్జున మంత్రికి వల్లభునకు

కనకాద్రి ప్రతిమాన ధైర్యనిధి లింగ క్ష్మాప మంత్రీంద్రుతో
ననతారాతి నృపాల మంత్రి జనతాహంకార తారా హిమా
ర్కునితో రూపరతీంద్రుతో హరిహర క్షోణీంద్ర సామ్రాజ్య వ
ర్ధనుతో సాటి సమాన మీడు గలరా రాజన్య సైన్యాధిపుల్

తిప్పమంత్రి జగదుదీర్ణ వితీర్ణు డు
ద్వాహమయ్యె నధిక వైభవమున
హరితగోత్రజలధి హరిణాంకుడగు తిప్ప
నార్యతనయ పెద్దమాంబ నెలమి

ఆ మల్లామాత్యవర్యుం డయుగనయన పూజానుసంధాన సంధా
సామగ్రీ పుండరీకేక్షణుడు వెలసె నైశ్వర్య సంపత్సమృద్ధిన్
సీమా దంతావళాభ్యు చ్ఛ్రిత కర తటక్షేత్ర నిర్యన్మదాంభన్
స్తోమద్యాలోల భృంగస్తుత విమలతర స్ఫూర్తిసత్కీర్తి లక్ష్మిన్

సత్యవ్రతాచార సత్కీర్తిగరిమల
చంద్రుతోడను హరిశ్చంద్రుతోడ
నభిమాన విస్ఫూర్తి నైశ్వర్యమహిమల
రారాజుతోడ రైరాజుతోడ
సౌభాగ్య వైభవ జ్ఞాన సంపన్నత
మారుతోడ సనత్కుమారుతోడ
లాలిత్య నిరుపమ శ్లాఘా విభూతుల
భద్రుతోడను రామభద్రుతోడ

పాటి యనదగు ధారుణీపాల సభల
వీర హరిహరరాయ పృథ్వీకళత్ర
రత్న భండార సాధికార ప్రగల్భు
మల్లికార్జును త్రిపురారి మంత్రివరుని

కపటాచార విరోధిరాజ సచివగ్రావోగ్ర దంభోళికిన్
నృపనీతి వ్యవహార కార్యఘుటనా నిర్ధారణాశాలికిన్
తపనీయాచలరాజ ధైర్యనిధికిం ధర్మైకపాథోధికిం
ద్రిపురారాతి మహాప్రధానునకు నేరీ యుద్దు లిద్ధారుణిన్

అటవీసూకరమేల యేల ఫణి యేలా కొండ లేలా దిశా
తటవేదండము లేల కూటకమఠాధ్యక్షుండు సప్తాబ్ధి సం
ఘటనాలంకృత మధ్యమైన నిఖిలక్ష్మాచక్రవాళంబు నె
క్కటి దాల్పం ద్రిపురారి వల్లభు భుజాకాండద్వయం బుండగన్

గంధవతీ ప్రతీర పుర ఘుస్మర పాద బిస ప్రసూన పు
ష్పంధయచక్రవర్తి శ్రుత పర్వత దుర్గ మహాప్రధాన రా
డ్గంధగజంబు తిప్పన యఖండిత ధీనిధి కాంచె పుత్రులన్
బాంధవ కల్పవృక్షముల బైచన మల్లన తిప్ప మంత్రులన్

అందు

కృతికర్తృ ప్రశంస

మూడు గ్రామ గ్రాసముల తోడ గూడంగ
మోపూరు పాలించె ముల్కినాట
నాశ్వలాయన శాఖ యందు ఋగ్వేదంబు
కరతలామలకంబుగా పఠించె
ప్రత్యక్ష మొనరించి భైరవస్వామిచే
సిద్ధసారస్వతశ్రీ వరించె

కామకాయనస విశ్వామిత్ర గోత్రంబు
వంశగోత్రంబుగా వార్తకెక్కె

నెవ్వడా త్రిపురాంతకాధీశ్వరునకు
రాయ నవరత్న భండార రక్షకునకు
ప్రియతనూజుండు చందమాంబికకు సుతుడు
మనుజమాత్రుండె వల్లభామాత్యవరుడు

అహరవధి సమయ నృత్య
త్తుహినాంశుధర ప్రచార ధూతాభ్ర ధునీ
లహరీ భ్రమ ఘుమఘుమముల
వహి తిప్పయ వల్లభన్న వాగ్వైభవముల్

హాటకగర్భవధూటీ
వీటీ కర్పూర శకల విస్ఫురమర సౌర
భ్యాటోప చాటుకవితా
పాటవ మరు దవని వల్లభన్నకు నమరున్

హల్లీసక నటనోద్భట
పల్లవ హరికృష్ణ కంఠ వనమాల్య మిళ
ద్గల్లత్సురభులు తిప్పయ
వల్లభ రాజప్రధాన వాగ్వైభవముల్

అమృతరస మథన సంభవ
ఘుమఘుమిత పయఃపయోధి కోలాహలమున్

భ్రమియించు తిప్ప సచివో
త్తము వల్లభవిభుని చాటుధారా ఫణితుల్

భిల్లావతార మధుభి
ద్భల్ల భుజాస్ఫాల్యమాన పటుచాప జ్యా
వల్లీ మతల్లి చెల్లెలు
వల్లభ రాయప్రధాన వాగ్వైభవముల్

నెల్లూరి తూముకాలువ
హల్లకముల కమ్మదావి నపలాపించున్
సల్లలితలీల తిప్పయ
వల్లభ రాయప్రధాన వాగ్డంబరముల్

ఉపమించెద ధారాధర
తపనజ రైరాజరాజ ధారానగరా
ధిప ధారాధరవాహుల
త్రిపురాంతక వల్లభుని వితీర్ణి ప్రౌఢిన్

సరివత్తు రీవి నిర్జర
పరివృఢ మణి ధనద జలజ బలి ఖచర నిశా
కర సురతరు సురధేనువు
లరుదై త్రిపురారి వల్లభామాత్యునకున్

సారాచారమునన్ వివేకసరణిన్ సౌభాగ్యభాగ్యంబులన్
ధౌరంధర్యమునం బ్రతాపగరిమన్ దానంబునన్ సజ్జనా

ధారుం దిప్పనమంత్రి వల్లభు నమాత్యగ్రామణిం బోల్పగా
పేరీ మంత్రులు సింధువేష్టిత మహోర్వీ చక్రవాళంబునన్

మందారవారుణీ మద ఘూర్ణితాత్ముచే
వెడదకన్నుల చిన్నివడువు చేత
డమరు ఖట్వాంగ దండ కపాల పాణిచే
ధూర్తబాలక చక్రవర్తి చేత
కుర్కుర పరివార కోటి సేవితునిచే
వెలది కోరల మోము వేల్పు చేత
(ఒక చరణం కొరత)

విశ్వవిశ్వంబు పాలించు విభుని చేత
పార్వతీదేవి గారాబు పట్టి చేత
నీప్సితము గాంచు తిప్పమంత్రీంద్ర తనయు
డర్మవణి వల్లభామాత్యు డహరహంబు

ప్రేమాభిరామ ప్రశంస

ఆ మంత్రిశేఖరుండు రావిపాటి త్రిపురాంతకదేవుండను కవీశ్వరుం డొనరించిన ప్రేమాభిరామ నాటకంబు ననుసరించి క్రీడాభిరామంబను రూపకంబు తెనుంగుబాస రచియించిన వాడు

ఆతడెంతటివాడు ప్రేమాభిరామ
మనగ నెంతటియది దాని ననుసరించి

వీథి యను రూపకము మది వెరపు లేక
తిప్పవిభు వల్లభుండెట్లు తెనుగు జేసె

అని యానతిచ్చెదరేని

నన్నయభట్ట తిక్కకవినాయకు లన్న హుళక్కిభాస్కరుం
డన్నను జిమ్మపూడి యమరాధిపుడన్నను సత్కవీశ్వరుల్
నెన్నెదుటం గరాంజలులు నింతురు జే యని రావిపాటి తి
ప్పన్నయు నంతవాడ తగునా యిటు దోసపుమాట లాడగన్

జనని సంస్కృతంబు సకల భాషలకును
దేశభాషలందు తెలుగు లెస్స
జగతి తల్లి కంటె సౌభాగ్యసంపద
మెచ్చుటాడుబిడ్డ మేలుగాదె

2. రెండవ భాగము

నేపథ్యమున

గతిరసికుండ షట్చరణ గానకళాకమనీయ యో మరు
వ్రత వికచారవింద వనవాటిక నేమిటికిం బరిత్యజిం
చితి వటవీప్రదేశమున జెట్టులు సేమలు నేమి గల్గినన్
బతిచెడి సంచరించెదవు ప్రాబడిపోయెనె నీ వివేకమున్

చేర వచ్చి వచ్చి దూరంబుగా బోదు
డాయవత్తు దవ్వు పోయిపోయి
మాటలింక నేల మా పాలిటికి నీవు
మాయలేడి పైతి మంచిరాజ

ఆకర్ణించి సూత్రధారుడు హా యేనెరింగితి నేకశిలానగరంబునం దార్యవాటంబునం గామమంజరి యను పునర్భువు నందు బద్ధానురాగుండై కార్యాంతర వ్యాసంగంబునం దేశాంతరగతుండైన కాసల్నాటి గోవింద మంచన శర్మ నుద్దేశించి యమ్ముద్దియ పుత్తెంచిన యసంబంధీభూత ప్రేమసంధుక్షణాగర్భంబైన మదనలేఖ సందేశపద్ధతి యది పఠియించుచున్నవాడతని కట్టనుంగు జెలికాడు టిట్టిభసెట్టి గావలయు నయ్యిరువురు నాబాల్యమిత్రంబులు వీరి యోగక్షేమంబు లనుసంధించెదం గాక యని నిష్క్రాంతుడయ్యె నిది ప్రస్తావన

కర్పూర బూచాయ కరమొప్ప నీర్కావి
మడుగుదోవతి పింజె విడిచి కట్టి
గొజ్జంగి పూనీరు గులికి మేదించిన

గంగమట్టి లలాటకమున దీర్చి
వలచేత బంగారు జల పోసనముతోడ
ప్రన్నని పట్టు తోరము ధరించి
జరిగొన్న వెలి పట్టు జన్నిదంబుల లుంగ
యంటులు వాయంగ నరుత పైచి

తళుకు చెంగావి కోకయు వలుదశిఖయు
చిగురు బొమ్మంచు పెదవులు చిన్నినగవు
నంద మొందంగ వచ్చె గోవిందశర్మ
మాధవునిపట్టి యొసపరి మన్మథుండు

కాసల్నాటి శ్రేష్టుడు
మీసాలప్పయ్య గారి మేనల్లుడు ధా
త్రీసురతిలకుడు కుసుమశ
రాసన సము డంధ్రనగర యాత్రోన్ముఖుడై

తూర్పు గనుంగొని టిట్టిభునిం జూచి వయస్య! సుప్రభాతంబు, సుఖనిద్ర యయ్యెనే? శీతం బుపద్రవంబు వాయదు గదా యీ పుష్యమాఘంబులందు?

చలి

ప్రక్కలు వంచివంచి మునిపండ్లును పండ్లును రాచిరాచి రొ
మ్మక్కిల జేసిచేసి తల యల్లన కాళ్ళకు నందియంది లో
చక్కికి నొక్కినొక్కి యిరుచంబడ గుమ్మడిమూట గట్టి వీ
పెక్కి దువాళి చేసి చలి యిక్కడ నక్కడ బెట్టు వేకువన్

కుమ్ములు హవ్యవాహములు గుత్తపు సుగ్గడితంపు దోపు రెం
టమ్ములు దట్టుపుగ్గు మృగనాభియు జాదును నోడె నద్దిరా
యమ్మకచెల్ల యింక నవయౌవన దర్ప నఖంపచంబులౌ
కొమ్మల చన్నులన్ సరకుగో నటులున్నవివో తుషారముల్

స్థూలద్వి త్రి పటావకుంఠనము గస్తూరీరజః పాలికా
కాలాగుర్వనులేపనంబులను నుద్ఘాటించి ధాటీగతిన్
బ్రాలేయంబు దువాళి సేసిన భయభ్రాంతంబులై యూష్మముల్
వాలాయంబుగ బ్రాకె నంధ్రవనితా వక్షోజశైలాగ్రముల్

స్థూలద్వి త్రి పటావకుంఠనములున్ ధూపోపచారంబులుం
గాలాగుర్వనులేపనంబులు వధూగాఢోపగూహంబులుం
గేలీగర్భనికేతనంబులును గల్గెంగాక లేకున్న నీ
ప్రాలేయాగమ మెవ్విధంబున భరింపన్ వచ్చురా టిట్టిభా

శీతోపద్రవంబు లేక సుఖనిద్ర య్యెనే యని యడిగి వేకువ యగుచున్నయది
గావున నిదియ మనకు బ్రస్థానకాలంబని నిమిత్తం బనుసంధించి

శకునములు

చుక్క యొకింత నిక్కి బలసూదను దిక్కున రాయుచుండుటన్
జక్కగ వేగదిప్పుడు నిశాసమయంబిది ప్రస్ఫుటంబుగా
ఘుక్కని మాటిమాటికిని గోటడు వల్కెడు వామదిక్కునం
జొక్కటమై ఫలించు మన శోభనకార్యములెల్ల టిట్టిభా

మాగిలి మాగిలి వృక్షము
పూగొమ్మున నుండి షడ్జము ప్రకాశింపన్
లేగొదమ నెమలి వల్కెడు
గేగో యని వైశ్య మనకు గెలుపగు జుమ్మీ

కొనకొనం గోడి యేట్రింత కొంకనక్క
నమలి యీ నాలుగిటి దర్శనంబు లెస్స
వీని వలతీరుబలుకు నుర్వీ జనులకు
కొంగుబంగారమండ్రు శాకునిక వరులు

అనిన నాకర్ణించి టిట్టిభుండు

మంచన వింటివో వినవొ మన్మథు డేకశిలాపురంబులో
జంచలనేత్రలం బతుల శయ్యలపై రతికేళి రాత్రి పో
రించి ప్రభాతకాలము పరిస్ఫుటమైనను ధర్మదార వ
ట్టించుచునున్నవాడదె కుటీగత కుక్కుట కంఠనాళముల్

అని యట వోయి ముందట

శీతకాలంబు కడి మాడ సేయ గుడుచు
భాగ్యవంతుండు రేపాడి పల్లెపట్ల
గ్రొత్త యొరెంబు నిగురావ కూర తోడ
బిచ్చిలంబైన నేతితో పెరుగు తోడ

ఒక ముచ్చట

టిట్టిభ! తలంపునం బారె నొక్క నాడేనునుం గామమంజరియును బ్రేమంబెలర్ప
కలసిమెలసి కూడిమాడి పొందిపొసగి యనగిపెనగి చొక్కితక్కి యుండ
దైవవశంబున గోత్రస్ఖలనంబు కారణంబుగా నక్కాంతారత్నం బలిగిన

ఎట్టకేలకు నలుక రేయెల్ల దీర్చి
యువిద యధరామృతము గ్రోలుచున్న నాకు
పానవిఘ్నంబుగా మ్రోసె పాపజాతి
జాతిచండాలమైన పేసడపు కోడి

టిట్టిభ! యమ్మదన పట్టాభిషేక మత్తేభరాజగమన నట్టనడుమ సురతకాలంబున
వసంతసమయంబునం బాసి మల్లికా ధవళాట్టహాస మహాకాళమూర్తి యగు తపర్తు
సమయంబు లంఘించి లాంగలీ కుసుమ కేసర పరాగ రేణు విసర పిశంగిత
దశదిశాహట్టం బగు వర్షాసమయం బెట్టకేలకుం గడిపితి ప్రావృట్కాల ప్రవాసంబును
మరణంబును రమణీరమణులకు నొక్కసమంబ యది యెట్టిదనిన

పటు ఝుంఝూ పవనోత్తృణాలయములో భద్రంబునం బట్టె కం
కటిపై ముచ్చముడింగి నిర్భర వియోగ గ్లాని శోషించి యె
క్కటి నిద్రించుచు నున్న పాంథవనితన్ గర్జావచః ప్రౌఢిమన్
దటిదుద్యోతము చూపు నట్టనడురే ధారాధరశ్రేణికిన్

అని మంచన మరియును ప్రాగ్దిశాంచలము వీక్షించి

అరుణోదయము

దానసపు బువ్వు చాయతో ద్రస్తరించు
చుదయ మయ్యెడు నదె చూడు మొదలిసంజ

సొబగు వీడిన కట్టెర్రసోకినట్టి
కామమంజరి సెమ్మోము కాంతి వోలె.

సూర్యోదయము

అదె మాణిక్యపు పూర్ణకుంభము వయస్యా కార్య సంసిద్ధికై
మొదలం దోచిన యట్టి మంచి శకునంబుంగా విచారింపరా
యుదయం బయ్యెడు భానుబింబము దిశావ్యోమావకాశంబులం
బదియార్వన్నె పసిండి తీగల గతిన్ బ్రాకెం బ్రభాజాలముల్

ఓరుంగంటి పురంబు సౌధములపై నొప్పారెడిన్ జూచితే
యీరెండల్ మణిహేమకుంభములతో నేకాంతముల్ సేయుచున్
స్వారాజ ప్రమదా ఘన స్తనభర స్థానంబులం బాసి కా
శ్మీర క్షోదము ప్రాణవల్లభ దృఢాశ్లేషంబులన్ రాలెనాన్

అనుదిత నియమ వ్రతంబు గావున నిటక్రితంబ సంధ్యాగ్ని హోత్ర
క్రియాకలాపంబులు నిర్వర్తింపంబడియె నీవు ముఖమజ్జనంబు సేసి
యిష్టదేవతాభివందనంబు గావించితివి గదా గోధూళి లగ్నంబునం బురంబు
ప్రవేశింప వలయు విశేషించి యుషఃకాలంబు సర్వప్రయోజనారంభంబులకు
ప్రశస్తంబు

గార్గ్య సిద్ధాంత మత ముషఃకాల కలన
శకున మూనుట యది బృహస్పతి మతంబు
వ్యాసమతము మనఃప్రసాదాతిశయము
విప్రజన వాక్య మరయంగ విష్ణుమతము

అని పరిక్రమించి వెలిపాళెంబు కట్టకడపట కటకార కుటీర వాటిక ప్రవేశించి

మేదరవాడ

ఎకసెక్కెముగ నాడు సేదైన నొకమాట
పాడు నొయ్యన పాట పాటపాట
యలతి యద్దపు బిళ్ళ యలవోక వీక్షించు
కొనగోర పదనిచ్చి కురులు దీర్చు
పయ్యెద దిగజార్చి పాలిండ్లు పచరించు
దిస్సువారగ నవ్వు తీగనవ్వు
ధవళ తాళ పలాశ తాటకంబులు త్రిప్పు
కలికిచూపుల చూపు గర్వరేఖ

కటకుటీద్వార వేణుకా కాష్టపీఠ
మధ్యభాగ విషణ్ణయై మదము మిగిలి
వీటి పామరవిటుల తంగేటి జున్ను
కాము బరిగోల మేదర కరణ వేశ్య

పుటభేదన బహిరంగణ
కటకశ్రీకార కూట కటకంబగు నీ
కటకారకుల వధూటీ
కుటికాగారంబు గరడి కుసుమాస్త్రునకున్

కీసిన వెదురు సలాకల
నేసిన యిరుదల శిఖండి నిడుమంచమునం

దోసరిలి కట కుటీర వి
లాసిని రమియించు మిండల సహస్రములన్

పల్లవతస్కరుం డొకడు ప్రాక్సముపార్జిత తారపంక్తితో
వల్లువ మెత్తికొంచు పెడవాకిట వెళ్ళిన నాటినుండి పా
టిల్లిన శంక నీ కటకుటీర విలాసిని యప్హాహా పటీ
పల్లవ కోణముల్ బిగియబట్టి రమించును మిండగీలతోన్

ఆ చేడియం జూచి యట వోవంబోవ ముందట

చండాలాంగన

గండాబోగము పజ్జ లేనగవు శృంగారింప గ్రేకన్నులన్
మెండై మించు మెరుంగు చూపుగమి క్రొమ్మించుల్ పిసాళింపగా
చండాలాంగన వచ్చె నొక్కతె ఋతుస్నానార్థమై యిక్షుకో
దండుం డేర్చిన బాణమో యనగ సౌందర్యంబు నిండారగన్

అట్లు వోవంబోవ ముందట

3. మూడవ భాగము

కర్ణాటి

కటిభారంబును చన్నుదోయి భరమున్ గల్పించె నా బ్రహ్మ పి
న్నటి కౌదీగకు మున్న యిప్డు విమలార్ణఃపూర్ణమై యున్న యీ
ఘటిభారం బొక డెక్కుడయ్యె ననినన్ కర్ణాటి క్రాల్గన్నులన్
బటి తాళింపుచు నవ్వె నీలకబరీభారంబు కంపింపగాన్

అనుచు గోవింద మంచన శర్మ నర్మసఖుండగు టిట్టిభుండును దానును హట్టమార్గంబున జనునప్పుడు

జిగురుటుండలు నించి డాచేతి యందు
పెద్ద యేనుగుదంతంబు పెట్టి బెట్టి
యింతులకు బ్రీతిగా మైలసంత లోన
సుసరభేత్తని ఘోషించె జోటి యొర్తు

ఇది యేమి ఘోషించుచున్నయది కిరాటకులరత్నంబ! నీవు తేటపడ నెరింగి మాకు నెరింగింపు మనుచు మంచనశర్మ యడిన

ముసిముసినవ్వుతో నతని మోము గనుంగొని వైశ్యు డిట్లనున్
రసికకులావతంసుడవు బ్రాహ్మణ యింతకుమున్నెరుంగవే
యసమశరాలయంబునను హత్తిన వెండ్రుక కప్పు వోవగా
వసరు సమీరణం బయిన వేడుక మందిది కొందు రంగనల్

కమఠావతారంబు గైకొన్న దైత్యారి
కమనీయ చరమ భాగంబు వోలె
నాదియుగంబునం దావిర్భవించిన
జిననాథదేవుని శిరసు వోలె
కసటు వోవగ తోమి కడిగి బోరగిలంగ
బెట్టిన తామ్రంపు బిందె వోలె
గంగ మట్టియ తోడ సాంగత్య మెడలిన
నునుపారు ముని మిట్టనుదురు వోలె

చిరుత ప్రాయంపునాటి సజ్జికపు జాయ
తొలు సమర్తయ కాలంపు విలసనమున
తరుణులకు పంచబాణ మందిరములమరు
నుసరభేత్తను నీ మందు నోకినపుడు

ఇది నిర్యాస మయంబును సరభేదన సమర్థంబును నగుటం జేసి సుసరభేత్తను నామంబు దీనికిం గలిగె కామనిలయాఘాట రోమాటవీ సముత్పాటన పరిపాటికై పాటలగంధులు దీనిం బాటింతు రనుచు నెరింగించి యట వోవంబోవ ముందంట వెలిపాళెంబు మధ్యప్రదేశంబున హోలికవాటి యందు నొక్క చక్కని జవరాలు కట్టెర్ర తొగరుం గర్రల యొల్లియయెర్ర కలనితంబభారంబున నమర్చి బాలార్క కిరణ సంపర్కంబున చాంపేయ కుసుమ చ్ఛద చ్ఛాయా దాయాదంబులైన యవయవంబులు మిసమిస మెరవం కుక్కుటాసనంబునం గూర్చుండి

పామరభామ

కందుకకేళి సల్పెడు ప్రకారమునం బురుషాయితక్రియా
తాండవరేఖ చూపెడు విధంబున పామరభామ లేత యీ
రెండ ప్రభాతవేళ రచియించె నితంబభరంబు జన్నులున్
కుండలముల్ కురుల్ కదల గోమయపిండము లింటి ముంగిటన్

అప్పామరభామారత్నంబు నుద్దేశించి

పొలపములు లేవు కరివంక బొమల యందు
చిన్ని నగవులు లేవు లేజెక్కులందు
కలికితనములు లేవు క్రాల్గన్నులందు
కాపుటిల్లాండ్ర కిట్టి మౌగ్ధ్యముల యొప్పు

అటచని వీధీవిటంకంబున టిట్టిభుండు విటపేటికా ప్రకామ ఘటిత కృకాటికా నికట
చేటికానుయాత యగు కర్ణాటాంగనం గనుంగొని

కర్ణాటాంగన

కుసుమం బెట్టిన చీరకొంగు వొలయం గ్రొవ్వారు పాలిండ్లపై
ద్రిసరంబుల్ పొలుపార వేణి యవటూద్దేశంబుతో రాయ న
ప్పస మెవ్వాడొ యొకండు రాత్రి సురతప్రౌఢిం దనుం దేల్చినన్
వసివాళ్ వాడుచు వచ్చుచున్నయది కర్ణాటాంగనం జూచితే

వాహకుండెక్కి విడిచిన వారువంపు
గొదమయును బోలి రతికేళి మదము డిగ్గి
అలసభావంబు తోడ కర్ణాటవేశ్య
వచ్చుచున్నది యదె విప్రవర్య కంటె

ఈమరి యింక నొక్కమరి యింకొకమా రికనొక్కమారు నా
నోములపంటగా యనుచు నోవుల బెట్టుచు రే యొకండు నా
ళ్లాములు దీనితో కుసుమసాయక తంత్రము సల్పబోలు లే
దా మృగశాబనేత్ర యఖిలాంగకముల్ వసివాళ్ళు వాడునే

అనిన మందస్మితంబుతో గోవింద మంచనశర్మ నర్మగర్భంబుగా దర్భాంకురాలంకృతంబులగు తన కరపంకజంబులం గర్ణపుటంబులు ముట్టుకొని పూతిమాషగోత్రంబును మంచన నామధేయంబునుం జెప్పి నమస్కరించి యిట్లనియె

పంచారించిన నీ పయోధరము లాస్ఫాలింతునో లేతబొ
మ్మంచున్ గెంజిగురాకుమోవి ణిసిధాత్వర్థం బనుష్టింతునో
పంచాస్త్రోపనిష ద్రహస్య పరమబ్రహ్మ స్వరూపంబు నీ
కాంచీదామ పదంబు ముట్టుదునొ యో కర్ణాట తాటంకిణీ

వ్రాలని నీ చన్నులతో
వ్రాలెడు జక్కవలు సరియె వలలం బెట్టం
జాలెడు నీ కన్నులతో
బాలకి సదృశములె వలలబడు మత్స్యంబుల్

చాటుప్రౌఢి బిసాళమాడెదవు కాసల్నాటి బాపండవో
శాటీహాటక నిష్కముల్ వెలిగ జంఝాటంబు చాలించు క
ర్ణాట స్త్రీలు కటారికత్తియలటే రాపాడగా బట్టగా
డా టా లీడ గుణింపరాదు పెరచోటం బోలె బైపాటునన్

దిట్టబాపండు నడువీధి దెగడి పలికె
గూట మీక్షింప దెమ్ము కిరాట నేడు
పన్నిదము వీని మెడనున్న జన్నిదములు
సవరగా గ్రుత్తు క్రొత్త పుంజాలదండ

అనుటయు విప్రుం డిట్లనియె

ముసుగు పెట్టిన నేమి ముత్యాల కమ్మల
క్రొమ్మించు లీలలు గులుకరించె
మోము వంచిన నేమి మొలకనవ్వుల కాంతి
చెక్కుటద్దములపై జీరువారె
చూడకుండిన నేమి సొబగురెప్పల మించి
తేట వాల్మెరుగులు దిచ్చరించె
చాటు చేసిన నేమి చక్రవాకుల బోలు
పాలిండ్ల మెరుగులు బయలుపడియె

సిగ్గు నటియించి మాపేడ్క చిన్నబుచ్చి
యేల యిటు పిసాళించె దిందేమి సిద్ధి
కాముసామ్రాజ్య పట్టంబు గట్టి నన్ను
కౌగిలింపంగ గదవె యో కరణకాంత

అని చిరునవ్వు నవ్వుచు గోవింద మంచనశర్మ నర్మసఖుండును దానును నట
పోవబోవ ముందట

జూదము

పరివేష్టించి ప్రజాకదంబకము పైపై వ్రాలి వీక్షింపగా
బరహస్తంబున నొత్తుకాండ్రు నపలాపప్రౌఢి బోధింప పా
మరులై పన్నిదమాడి యోడి మరి దుర్మానంబుతో నాటగొ
ల్పిరి వేశ్యా వలయాభిసంవళిత ముప్వ్పిళ్ళూర్చె గోవిందునిన్

సంగాసంగ జయాజయంబు పరిహాస ప్రస్ఫుటాశ్లీల భా
సాంగం బాకలితాంతరా వలయ కక్ష్యాభాగ ముద్రాలస
ద్భంగీ నిష్ఠిత కాష్ఠ శంకుకము పాపద్యూత మీ పన్నిదం
బంగీకారము సేయువారి మొలలం బ్రాపించు కౌపీనముల్

నీకునౌ నీకునౌ నంచు నెమకి నెమకి
ముగుదలగు వారి భ్రమియించి మోసపుచ్చు
పశ్యతోహరు డత్యంత పాపబుద్ధి
పట్టణములో దగుల్పరి పందెగాడు

అనుచు నట ముందట శతానంద గేహినీ కరరుహ ప్రరోహ శిఖర ముఖర
వీణాక్వాణ పాణింధమం బైన మధురస్వరంబున

కరణకాంత

విజ్జోడుపడ విడ్డ వెండ్రుకజందెంబు
వలిగుబ్బపాలిండ్ల కెలకు లొరయ
కరమూలమున వెండి మొరవంక కడియంబు
మూడుమూలల లింగముద్ర లొత్త
జంగాళముగ బిందె సవరించి కట్టిన

మడు గొంటిపొరను లోదొడలు మెరయ
పలితంపు విచ్చుటాకుల దుద్దుగమ్మలు
నిద్దంపు చెక్కుల నీడజూడ

నోరుగంటి పురములో నోరగ్రంత
పెద్ద యెలుగున నమ్మె సంపెంగనూనె
కోకిలము పంచమశ్రుతి గొసరినట్లు
కనుమయవ్వలి దేశంబు కరణకాంత

గానులకన్నె

పలికినప్పుడు తేనియ లొలికిపడెడు
జళుకుచూపుల క్రొమ్మించు లులుకుపడెడు
ములికినాటిది కాబోలు చెలి కిరాట
కలికి చిలుకల కొలికి యీ తెలికిజోటి

ఈ నళినాక్షి దా దిరుపుటెద్దు ప్రతోదము మోసి రొప్పుచున్
గానుగపట్టెపై దిరుగ గట్టిడి టిట్టిభ మందరాద్రి మం
థానక మథ్యమాన తిమిధామ జలభ్రమి మండలం బధి
ష్ఠానముగా భ్రమించు నల సంపదచేడియ బోలకుండెనే

మీనవిలోచనంబులును మీటిన ఖంగను గుబ్బచన్నులిం
పైన వచోమృతంబు నొగసైన మదాలస మందయానముం
గా నొనరించి దీని గణికామణి జేయక నిర్దయాత్ముడై
గానులదాని జేసిన వికారవిధిం తలమొత్తగా దగున్

అట యుత్తరంబునం గత్తెరనొత్తి పెక్కువన్నెల పొత్తుల బహువిధనర్తనల హత్తించి యెత్తి కట్టిన పూగొత్తులు మత్తకోకిల కలహంస దాత్యూహ వ్యూహంబులుం గలిగిన మోహరివాడ యందు

కుట్రపువాడు

కొలుచును జేనపెట్టి కుచకుంభయుగం బెగడిగ్గ కన్నుఁ క్రే
నల బరికించు గక్షముల పైచును దృష్టులు మాటిమాటికిం
గలికితనంబునం దరచుగా నగు సొచికపల్లవుండు గం
చెల వెస గుట్టియాడు పెలచేడియకున్ విషయాభిలాషియై

అనుచు నవ్వాడ గడచి యట యుత్తరంబునను నప్పుడు ముందట నొక యింటి మరుంగున మచ్చెకంటిం బొడగని

4. నాలుగవ భాగము

ఈరీర్చుట

సారెకు సారె కేమిటికి జంపెదు గోరట యెర్రలైన వా
లారు నఖాంకురంబుల వయస్య కచంబున బాటపాట యీ
రీరిచి సీత్కృతుల్ చెవుల కింపొనరింప చకోరనేత్ర నీ
చారు కుచద్వయంబు మము జంపెడు దోసము నీకు జాలదే

అనుచు నయ్యింటి ముందట

పసుపు నూరుట

పరిపాటీ ఖర్వ ఖర్జూప రతిసమయ సంభ్రాంత సంభోగ భంగిన్
తరుణీరత్నంబు హేలాతరళగతి హరిద్రారజః కర్దమంబుం
కురు లల్లాడంగ నీగుం గుచములు కదలం గొంతుకూర్చుండి నూరెన్
కరవల్లీ కాచభూషా కలమధుర ఝుణాత్కారముల్ తోరముల్ గాన్

అని యచ్చోటు వాసి బాహ్యా కటకవిథీ విటంకంబు లతిక్రమించి

ఓరుగల్లు

సప్తపాతాళ విష్టప మహాప్రస్థాన
ఘంటాపథంబైన గనప పరిఖ
తారకామండల స్తబకావతంసమై
కనుచూపు గొనని ప్రాకారరేఖ

పుంజీభవించిన భువనగోళము భంగి
సంకులాంగణమైన వంకదార
మెరుగు రెక్కల తోడి మేరుశైలము బోలు
పెను పైడితలుపుల పెద్దగవని

చూచె జేరె ప్రవేశించె జొచ్చె ప్రీతి
సఖుడు దానును రథ ఘోట శకట కరటి
యూథ సంబాధముల కొయ్యనోసరిలుచు
మందగతి నోరుగల్లు గోవిందశర్మ

ప్రవేశించి టిట్టిభనామధేయుండైన కోమటిసెట్టి గారితో నాతడిట్లనియె

రాజమార్గంబు వారణ ఘటా ఘోటక
శకటికా భటకోటి సంకులంబు
ధరణీస్థలీ రజస్త్రస రేణు బహుళంబు
కావున మనమందు బోవవలదు
క్రంతత్రోవల నొండు కలకలంబులు లేవు
తరచుగా సుఖవినోదములు గలవు
మరియు విశేషించి మన్మథకూటమౌ
వేశ్యవాటిక మధ్యవీధి దరిసి

చిత్తమున కెక్కినట్టి లంజియల తోడ
సరససల్లాప సౌఖ్యంబు సలుపవచ్చు
నంత మధ్యాహ్నసమయ మౌనపుడు గాని
వేడుకైయుండ దక్కలవాడ సౌరగ

అనిన టిట్టిభు డౌనంచు ననుసరింప
నాలువరి క్రింది త్రోవగా నరిగి యరిగి
విప్రుడీక్షించె పలినాటి వీరపురుష
పరమదైవత శివలింగ భవన వాటి

పల్నాటివీరులకథ

ద్రుతతాళంబున వీరగుంభి తకధుం ధుం ధుం కిటాత్కార సం
గతి వాయింపుచు నాంతరాళిక యతిగ్రామాభిరామంబుగా
యతిగూడం ద్విపదప్రబంధమున వీరానీకముం బాడె నొ
క్కత ప్రత్యక్షరముం గుమారకులు ఫీట్కారంబునం దూలగన్

గర్జించి యరసి జంఘా కాండయుగళంబు
వీరసంటెటకోల ప్రేయునొకడు
ఆలీఢ పాదవిన్యాస మొప్పగ వ్రాలి
కుంతాభినయము గైకొను నొకండు
బిగువు గన్నుల నుబ్బు బెదరుచూపుల తోడ
ఫీట్కార మొనరించు బెలుచ నొకడు
పటుభుజావష్టంభ పరిపాటి ఘటియిల్ల
ధరణి యాస్ఫోటించి దాటు నొకడు

ఉద్ధి ప్రకటింప నొక్కరుండోలవాడు
బయలు గుర్రంబు భంజళ్ళ బరపు నొకడు
కొడుము దాటింపుచును బెద్దగొలువు లోన
పడతి పల్నాటివీరుల పాడునపుడు

కులము దైవతంబు గురిజాల గంగాంబ
కలని పోతులయ్య చెలిమికాడు
పిరికికండ లేని యరువదియేగురు
పల్లెనాటి వీరబాంధవులకు

ఆరువల్లి నాయినారి దుర్మంత్రంబు
కోడిపోరు చాపకూటి కుడుపు
ప్రథమకారణములు పల్నాటి యేకాంగ
వీరపురుష సంప్రహారమునకు

పచ్చనిపిండి గందమును బాలముసేసయు సెర్రపూవులన్
గ్రుచ్చిన కంఠమాల్యములు గొప్పగ నల్లిన వేణిబంధముల్
కచ్చుల వీరసంబెటయు క్రొత్త మణుంగగు కాసెపుట్టమున్
రచ్చల కెక్కినట్టి రసణంబులు వీరకుమార కోటికిన్

నల్లంగొండయు నాగరి
కల్లును ధరణీస్థలిం బ్రగల్భస్థలముల్
పల్లేరు నాగులేరును
పల్లె క్ష్మాకాంత యెల్ల ప్రారంభంబుల్

ఇచ్చోట భుజియించి రేకకార్యస్థులై
సామంతనృపతులు చాపకూడు
ఇచ్చోట జింతించె నిచ్చ నుపాయంబు
నళిణాక్షి యార్వెల్లి నాయురాలు
నిజ మనుశుద్ధికై నిప్పులయేటిలో

నేలాడె నిచ్చోట బీలసాని
ఇచ్చోట బోరిరి యిల పణంబుగ గొల్ల
సవతితల్లుల బిడ్డ లవనిపతులు

ధీరులగు వారలేవురు వీరపురుషు
లై మదోద్ధతి నిచ్చోట నాజి బడిరి
యనుచు జెప్పుదు రైతిహ్యా మచట నచట
జనన పెద్దలు పల్లెదేశములయందు

చిత్తము గూర్చి మాచెరలచెన్నుడు శ్రీగిరిలింగముం గృపా
యత్తత జూడ ముల్కివిషయంబునకా మహిమంబు చెల్లెగా
కుత్తరలోన మింట జలముట్టిన మాత్రన నాపరాలలో
విత్తిన యావనాళ మభివృద్ధి ఫలించుట యెట్లు చెప్పుమా

మగసింగంబులు సంగరాంగణములన్ మత్తిల్లి రున్మత్తులై
జగదేకస్తుతు లంచు నేమిటికి సంశ్లాఘింప నా భూమిలో
చిగురుంబోడుల కాపుగుబ్బెతల నక్షీణప్రభావంబునన్
మగసింగంబులగా నెరుంగుదురు పుంభావ ప్రసంగంబులన్

కోలదాపున ద్రిక్కటి గూడియున్న
గచ్చు చేసిన చిత్రంపు గద్దెపలక
వ్రాసినారదె చూడరా వైశ్యరాజ
శీల బ్రహ్మాది వీర నాసీర చరిత

ఈ వీరపురుషులు మనకుం గార్యసిద్ధి సేయుదురు గాక పదపద మనుచుం గతిపయపదంబు లరిగి నింట పల్లవ నికురంబ సందానిత వందన మాలికాలంకృత ద్వారంబగు నేకవీరాగార గోష్ఠంబు గనుంగొని

ఏకవీర

వందనం బిందిరావరు కన్న తల్లికి
దండంబు ఫణిరాజమండనకును
నంజలి సోమసూర్యానలనేత్రకు
నభివందనము జగదంబికకును
మొగుపుజేతులు దేవమునిసిద్ధ సేవ్యకు
జమదగ్ని గారాపుసతికి శరణు
జోహారు రమణీయ శోభనాకారకు
నమితంబు గిరిరాజనందనకును

నిత్యకల్యాణి కలికులనీలవేణి
కాదిశక్తికి వేదవేదాంతసార
కేకవీరకు పూర్ణరాకేందుముఖికి
నఖిలజననికి సాష్టాంగ మనుదినంబు

పద్మలోచన భృగు బ్రహ్మ సంయమి వంశ
పరిపాటి కభినవాభరణ మయ్యె
రమణి త్రేతా ద్వాపరముల సంధ్యావేళ
మగనితో బెక్కేండ్లు మనుపుమనియె
నెలత గానక కన్న నెయ్యంపుగొడుకుచే

జంపించె ముయ్యేడుసారె నరుల
దరుణి హైహయరాజ దంతాస్థిపటలంబు
గవడపేరుగజేసి కట్టె నరుత

మండపాకము బెనుబాక మాహురమున
నాగవరమున బోలాస ననిచె నింతి
యోరుగంట వసించె నీలోత్పలాక్షి
కాకతమ్మకు సైదోడ యేకవీర

అలగి యెంతటిరాజు నాండ్రనైనను బట్టి
పుట్టుబాపల జేయు రట్టుకత్తె
ఘనుడైన జమదగ్ని మునినాథు కూరిమి
వెలయించు పెనుబాక పేడ్మకత్తె
సుక్షత్రియకులంబు నిక్షత్రముగ జేయు
కొడుకు గాంచినయట్టి కోపకత్తె
బవనీల జవనిక పాటల నిల్లాండ్ర
రమణ ద్రుళ్ళాడించు రంతుకత్తె

యోలిమి గదుళ్ళవాగులో నోలలాడు
కలికి పల్లికదేబెల గన్నతల్లి
వాసికెక్కినయట్టి పోలాస యిల్లు
చక్కమెప్పుల మాహుర మ్మక్కనాచి

బవనీడు

కక్షనిక్షిప్త వికస్వర స్వర విలా
సశ్రీ నివాసంబు జవని కందు
గట్టిన తంత్రికి కంఠశ్రుతికి గూడ
జొక్కంబుగా నారి సొబగు మీర
నాలాపముల శుద్ధసాళన సంకీర్ణ
వివిధరాగంబుల చవులు చూపి
డమడమధ్వనుల బొటారింప యెడనెడ
గత్తెరమార్గంబు బిత్తిరిల్ల

వాద్యవైఖరి గడు నెరవాది యనగ
నేకవీర మహాదేవి యెదుటనిల్చి
పరశురాముని కథలెల్ల ప్రౌఢి బాడె
జారుతరకీర్తి బవనీలచక్రవర్తి

మాలెత

అలరుంబోడి జనంగమప్రమద మధ్యానద్ధ ఘంటాధ్వనుల్
చెలగం బాడె సమస్తలోక జననిన్ శ్రీయేకవీరాంబికన్
వలరాజొక్కొక మూర్ఛనాస్వరమునన్ బ్రాణంబు గల్పింపగా
గలకంఠీ కలకంఠ కోమల కుహూకారంబు తోరంబుగన్

అకలంకస్థితి గోరి కొల్చెదరు బ్రహ్మానందభావంబునన్
సకలానందమయైక మాత లగుచున్ సంతోషచిత్తంబునన్
తకదుమ్ముల్ యకతాళముల్ జవనికల్ తందాన లమ్మయ్యకున్
ఎకవీరమ్మకు మాహురమ్మకు నథోహ్రీంకార మధ్యాత్మకున్

ఆలోకింపక మ్రొక్కరాదు నిజ భక్త్యావేశ సంపత్తిమై
నాలోకించిన జిత్త మెట్లగునొ కామావేశ సంయుక్తిమై
నేలాగోయి కిరాట మానుదమొ సంవీక్షింతమో చెప్పుమా
వ్రీళాశూన్య తటీరమండలము దేవీశంభళీవ్రాతమున్

కాపుటాలు

జరివోని గడితంపు జిరుతచౌకంబుల
తొగరుబుట్టము కచ్చ దొడివి కట్టి
యొలగందపుబొట్టు నుపరిభాగంబుపై
సిందూరతిలకంబు బొందుపరచి
పసరు దారెడు నింబపల్లవంబుల దండ
గుబ్బచన్నులమీద గుదురుగొల్పి
క్రొత్తదోమిన దంతకోరకంబుల యందు
తాంబూలరాగంబు తళుకు గూర్చి

సకల సంధ్యంగములకు దేజంబు గలుగ
మధుమదారంభ మణకువ మరల ద్రోవ
దేకువయు నారజంబును దేటపడగ
బురమునకు వచ్చె నొక కాపు పూవుబోడి

అయ్యవసరంబున నేకవీరాంబకుం బ్రణమిల్లి యట జనునప్పుడు

జక్కులపురంధ్రి

కోణాగ్రసంఘర్ష ఘుమఘుమధ్వని తార
కంఠస్వరంబుతో గారవింప
మసిబొట్టు టోనాన నసలు కొల్పిన కన్ను
కొడుపుచే దాటించు నెడప దడప
శ్రుతికి నుత్కర్షంబు జూపంగ వలయుచో
జెవిత్రాడు బిగియించు జీవగర్ర
గిల్కుగిల్కున మ్రోయు కింకిణీగుచ్ఛంబు
తాళమానంబుతో మేళవింప

రాగముననుండి లంఘించు రాగమునకు
నురుమ యూరుద్వయంబుపై నొత్తిగిల్ల
కామవల్లీ మహాలక్ష్మి కైటభారి
వలపు వాడుచు వచ్చె జక్కులపురంధ్రి

అక్కలు

ముద్రికా మాణిక్యముల దీప్తి కెంగేలి
పించెంబు గుంచెతో బిత్తరింప
నుపవాసమున తద్దయును సన్ననగు కౌను
చనుదోయి భరమున జలదరింప
దోకచుక్కల బోలు తోరంపు దెలికన్ను
లా పైళమున సిగ్గు నతకరింప
నిద్దంపు వెలిపట్టు నెరికదూలిన యప్డు
తొడలమించులు వెలి దొంగలింప

నురుమ చప్పుళ్ళకును బిల్లబురుల మ్రోత
కంతకంతకు బేరుబ్బు నావహింప
నాడె బీటలపై నోలి గూడియున్న
యక్క లేడ్వురలో నొక్క యలరుబోడి

హరహర యింత యొప్పునె మహారభటిన్ జగఝుంకృతస్వన
న్మురళిని మిశ్రితాంక రవ మూర్ఛల చిత్తములుబ్బి యక్క లే
డ్వురు నదె యాడజొచ్చిరి కడుంగడు పేడ్క సమున్నమత్పయో
ధర యుగ భార భీరుతమత న్వవలగ్నములైన నృత్యముల్

ఇదె మాయింటి యజమానుండు సంతానకాంక్షియై ప్రతిబంధనోదనార్థంబు
యక్షకన్యలం బరీక్షారాధనంబు సేయుచున్నవాడు గావలయు మాణిభద్ర
కులోద్వహులైన దేవతలు కామవల్లి శ్రీమహాలక్ష్మితో గూడి యపేక్షితకార్యంబు
మనకు నవ్యాక్షేపంబునం జేయుదురుగాక యనుచు విశ్వాసంబుతో
నమస్కారంబుతో నమస్కారంబు సేసి కాసల్నాటి గోవిందమంచనశర్మ
నర్మసఖుండు దాను నట చని ముందట

మంద్ర మధ్య తార మాన త్రయా భిన్న
మహిషశృంగనాద లహరి గూడి
డమరు డిండిమంబు డమడమ ధ్వని మ్రోసె
నద్భుతం బదేమి యార్భటంబు

మైలారభటులు

అని టిట్టిభుండడిగిన

రవరవ మండు నెర్రని చండ్రమల్లెల
చోద్యంపుగుండాలు చొచ్చువారు
కరవాడి యలుగుల గనపపాతర్లలో
నుట్టిచేరులు గోసి యురుకువారు
గాలంపుగొంకి కంకాళచర్మము గ్రుచ్చి
యుడివీథి నుయ్యెల లూగువారు
కటికిహోన్నాళంబు గండకత్తెర వట్టి
మిసిమింతులను గాక మ్రింగువారు

సందులను నారసంబులు సలుపువారు
యెడమకుడిచేత నారతులిచ్చువారు
సాహసము మూర్తిగైకొన్న సరణివారు
ధీరహృదయులు మైలారవీరభటులు

వీరు మైలారదేవర వీరభటులు
గొండ్లి యాడించుచున్నారు గొరగపడుచు
నాడుచున్నది చూడు మూర్ధాభినయము
తాను సెట్టికసీలంత గాని లేదు

వెనుకను మొగ్గవ్రాలి కడువిన్నను వొప్పగ తొట్టెనీళ్ళలో
మునిగి తదంతరస్థమగు ముంగర ముక్కున గ్రుచ్చుకొంచు లే
చెను రసనాప్రవాళమున శీఘ్రము గ్రుచ్చెను నల్లపూస పే
రనుపమలీల నిప్పుడు నుపాయము లిట్టివి యెట్లు నేర్చెనో

శనివారసిద్ధి సజ్జనపారిజాతంబు
వరదాత యాదిత్యవార భోగి
మాడచీరమడుంగు మాయావినోదుండు
మాళవీప్రియభర్త మహితయశుడు
పల్లెంబనాయకుం డెల్ల వేల్పుల రాజు
గనపవేటల వేడ్కకాండ్ర భర్త
కత్రశాలస్వామి కరుణాపయోరాశి
పుణ్యకీర్తనుడైన ప్రోలియయ్య

మంచుకుంచాల గొలువంగ మాయలేళ్ళ
బట్టి కట్టంగ నేర్చిన బాసవెల్లి
భైరవుని తోడిజోడు మైలారదేవు
డోరుగంటినివాసి మేలొసగు గాత

అదిగో యెత్తినవారు పట్టణము మధ్యక్షోణి సింహధ్వజం
బదిగో కట్టినవారు నింబదళ మాల్యా తోరణవ్రాతముల్
విదితంబయ్యె మహోత్సవంబు నెరయన్ వీథీవిటంకంబులం
దదిగో నిల్పినవారు పూర్ణకలశం బాబాలవృద్ధాంగనల్

అకలంకస్థితి శీధుపానరుచులై యాసాదు లుప్పొంగి యో
యకరో యమ్మకరో యమక్కరొ యదీ యట్టట్టకో యంచు బా
యక తప్పెట్లును దళ్ళెతాళములు నింపై సొంపురంజిల్లగా
జకజుంజుం జకజుంజు జుమ్ము మనుచున్ సాగుం గడున్ వాద్యముల్

అట చని ముందట

5. ఐదవ భాగము

నగరావలోకనము

అదె భైరవస్థాన మటమీద నల్లదె
చమడేశ్వరీ మహాశక్తి నగరు
వీరభద్రేశ్వరాగార మంటపమదె
యదె బౌద్ధదేవు విహారభూమి
అదె ముద్దరా ల్మొసానమ్మ నివాసంబు
నల్లదె కొమరుసామయ్య నగరు
అదె పాండవుల గుడి యట దక్షిణంబున
గర్తారుడుండు తుర్కల మసీదు

కొంతదవ్వులనదె మహాగోపురముల
పైడికుండలు రవిదీప్తి ప్రజ్వలించి
కాననయ్యెను మేరుశృంగములబోలె
కేశవశ్రీ స్వయంభూ నికేతనములు

అనుచు నటజని ముందట కొక్క భైరవాలయంబు బొడగని నమస్కరించి
కాచల్నాటి మంచనశర్మ యిట్లనియె

భైరవుడు

అమితోత్సాహముతోడ నీవు పటు బాహాఢక్క నొక్కొక్క మా
టు మనఃకంపము నొందజేయ దొలకాడున్ వార్ధి వేలా లుఠ

త్కమఠంబై, వలమాన మీనమయి, యుద్యన్నక్రమై, యుత్తర
త్తిమియై, యుల్లల దంబుమగ్న ఢులిర్యై ధీరా మహాభైరవా

అని యూర్ధ్వం బవలోకించి యిప్పుడు మధ్యాహ్న కాలం బగుచున్నయది

మధ్యాహ్నము

వ్రాలెన్ దిక్కుల భాను భా వ్యతికర ప్రక్రీడ దర్కోపల
జ్వాలాజాల జటాల జాంగల తటీ వాచాల కోయష్టులై
రోలంబంబులు మూతి ముట్ట పెరచెన్ గ్రొవ్వేడి బీరెండలన్
జాలం గ్రాగి కరంబు పేడియగు కాసారాబ్జ మైరేయముల్

అని యనంతరం బాకాశంబునం జెవిపెట్టి శ్రుతి నభినయించి గోవిందుండు

గడియారము

ఉడువీథిన్ శిఖరావలంబియగు నంధ్రోర్వీశు మోసాలపై
గడియారంబున మ్రోసె రెండెనిముదుల్ ఘంటా ఘణాత్కారముల్
సడలెన్ భానుడు పశ్చిమంబునకు వైశ్యా పూటకూటింటికిన్
గుడువం బోదమె లెక్క యిచ్చి కడు నాకొన్నార మిప్పట్టునన్

విచారించిన నదియును మనకు విశ్రామస్థానంబు

పూటకూటియిల్లు

సంధి విగ్రహ యానాది సంఘటనల
బంధకీ జారులకు రాయబారి యగుచు
బట్టణంబున నిత్యంబు పగలు రేయి
పూటకూటింట వర్తించు పుష్పశరుడు

అనుచు కొంత దవ్వరిగినం దమకు నెదురుగా నేతెంచు నొక్క బ్రాహ్మణుం గనుగొని

వీడిదె తెల్లనాకులను వీడెము సేయుచు వీథి వచ్చుచు
న్నాడు మదించి తిండి తినినాడు చుమీ యిటమీద నేడకో
తేడగ బోయెడిం గరణదేశపు జాణడుగాగ బోలు నీ
బాడు పణోపహార పరిపాటి యెరుంగగవచ్చు వీనిచేన్

ఇతడు పెడలివచ్చు నవ్వాడయె పూటవంటకంబు పెట్టు బాడబులవాడ గావలయు
నది యెట్లంటేని

ఘ్రాణ పుటీ కుటీరముల గాపురముండ దొడంగె నిప్పు పా
షాణ ఘరట్ట ఘట్టన వశంబున బుట్టిన సత్తుగంధ మ
క్షీణ కఠోర సౌరభ విజృంభణ దిక్కుల జల్లజొచ్చె సా
ప్రాణి పదార్థజాలములు బ్రాహ్మణకాంతలు తాల బోయగన్

మందవేగంబుతో గ్రొత్తమల కవాళ్ళ
కిర్రుచెప్పులు మొరయ నుంకించి నడుచు
కరణబ్రాహ్మణ విట ముఖ్యు గదియవచ్చి
పూతిమాషాన్వయుండగు భూసురుండు

పూటవంటకంబుల వృత్తాంతం బడిగిన నతండు

ఆహార విహారములకో
యాహారంబునకునో విహారంబునకో
బేహారము మీ కీసం
దేహారంభంబు మాకు దెలియగ వలయున్

ఆహారంబున కంటేని

కప్పురభోగి వంటకము కమ్మని గోధుమ పిండివంటయున్
గుప్పెడు పంచదారయును గ్రొత్తగ గాచిన యాలనేపెస
ర్పప్పును గొమ్ము నల్లనటిపండ్లును నాలుగునైదు నంజులున్
లప్పలతోడ గ్రొంటెరుగు లక్మణవజ్ఝల యింట రూకకున్

విహారంబున కంటేని దద్ గృహంబున

అరుగొను గుబ్బచన్నులు
మెరుగుం గన్నులును గలుగు మెచ్చుల నవలా
కురుబోడ ముండరత్నము
బరివోవగ విడిచినట్టి బ్రహ్మకు జేజే

పూవుంబోడులు లేరె విప్రవిధవల్ భూమండలిన్ దాని రే
ఖా వైదగ్ధ్య విలాస విభ్రమ కళా గర్వంబు లట్లుండనీ
యా విశ్వస్థ యుపస్థ చాయ నవలక్షాధీశ ఫాలస్థలీ
సౌవర్ణ స్థిర పట్టబంధ సుషమా సౌభాగ్యలక్ష్మిన్ గనున్

కోయిల పంచమస్స్వరము క్రోల్చిన భంగిని విద్దికంచి రా
మాయణ మారుకాండములు నచ్యుతజాగర వేళ బాడె నా

రాయవితంతురత్న మనురాగముతోడ "నమశ్శివాయ శాం
తాయ సమస్తదోషహరణాయ" సమానమె దాని కెవ్వరున్

సంకృత పూతిమాషకుల సాగర శారదపూర్ణిమా కురం
గాంకుడు మంచి లక్ష్మణు గృహంబున నెచ్చెలికాడు తానునుం
జంకలబంటిగా మెసవి చక్కని పేడుకకత్తె జూచి తా
రింకొకమారు వత్తమని యేగిరి కార్యభరంబు పెంపునన్

అట వోవంబోవ ముందట

గేదగిపూవు

పాంథసీమంతినీ ప్రాణమత్స్యములకు
గాలములగు కంటకముల తోడ
గరుడపచ్చల చాయ బరిహసింపగ జాలు
దళమైన బాహ్యపత్రముల తోడ
జీర్ణ కీకస కణశ్రేణి జిడ్డలు చేసి
యవియ దోమినయట్టి యన్ను తోడ
బదియారు వన్నియ బంగారు సరివచ్చు
సంవర్తికా పలాశముల తోడ

శివుని చిచ్చరకంట వెచ్చిన యనంగు
బూదికెనయైన కమ్మ బుప్పొళ్ళ తోడ
దాని ఘనమైన కమ్మ గేదంగిపూవు
భూసురున కిచ్చె దగ నొక్క పుష్పలావి

ఇచ్చినం జూచి

క్రొన్నెలరేఖ తోడ గెడగూడి సుఖింపగ భాగ్యమబ్బమిన్
ఖిన్నతనొందు గాని నవకేతకి శూలి వివేకహీనుడై
తన్ను దిరస్కరించుటకు దైన్యము నొంద దదే వివేక సం
పన్నిధి దానిపాలి పెరుమాళ్ళొక డెక్కడనైన లేడొకో

అందుకొని పుష్పలావికి త్యాగమిచ్చి
బ్రాహ్మణులకందు నొక్కొక్క పత్రమొసగి
జాణవిప్రుండు సిగదాల్చె జందమామ
కొండనాలిక యగు నొక్క గొమలిరేకు

(.......)

అదె విద్వేషిభువన జిగీషా సంరంభ విజృంభమాణ ఝష ధ్వజ భుజప్రాక్రమ సముత్సాహ నాటక ప్రస్తావనా ప్రథమ నాందీశ్లోకంబగు వేశ్యవాటికా నికటంబు

చందనంబున గలయంపి చల్లినారు
ముగ్గు లిడినారు కాశ్మీరమున ముదమున
వ్రాసినా రిందురజమున రంగవల్లి
కంజముల తోరణంబుల గట్టినారు

ఇది యెవ్వరి యిల్లొకో శోభనంబు ముడివడుచున్నయది యనుచు నాకాశంబు వీక్షించి యచ్చటివారల నేమి యని యడిగిన

మాచల్దేవి

ద్వీపాంతంబుల నుండి వచ్చితివె భూదేవా "ప్రశాంతం మహా
పాపం" సర్వ జగత్ప్రసిద్ధ సుమనో బాణాసనామ్నాయ వి
ద్యోపాధ్యాయి ప్రతాపరుద్ర ధరణీశోపాత్త గోష్టీ ప్రతి
ష్ఠాపారీణ నెరుంగవయ్యెదవె మాచల్దేవి వారాంగనన్

చిత్రశాలా ప్రవేశంబు చేయుచున్నయది పుణ్యాహవాచన కాలంబు మీరును
బచ్చని పెండ్లికూటంబు జూడవచ్చునది యనిన

లెస్సగాక కిరాట యీ లేమ చరిత
మాడుదురు నాటకంబుగ నవనిలోన
దీని జూడంగ బోదమా యీ నెపమున
నరసి చూతము మనకేమి యచట ననుచు

అనుచు ప్రవేశ నాటితకంబున జిత్రశాల జొచ్చి పూతిమాషగోత్రుం డచ్చోటం
బెండ్లికూటంబున నిలువునం గైసేసి హంసతూలికాతల్పంబు మీదం గూర్చున్న
హావభావ విభ్రమ విలాసనిధి మాచల్దేవి గనుంగొని

అంకుశాఖాతరేఖల నందమొందు
గంధగజ కుంభముల తోడ గలహమాడు
క్రొత్తనఖముల తోడి నీ కుచభరమున
కతివ యభ్యుదయ పరంపరాభివృద్ధి

కల్ల జెప్పము విను నీకుగల ప్రసిద్ధి
డిల్లి సురతాణికిని లేదు పల్లవోష్ఠి

యాదిలక్ష్మికి నీకును భేదమేమి
యుదధి జనియింపకుండుట యొకటి దక్క

ఓరుగంటి మాచాంబ పయోరుహాక్షి
పంచబాణావతారుని మంచిజూచి
కంకణాలంక్రియా ఝుణత్కార మెసగ
నయ్యగారికి జోహారు లనుచు మ్రొక్కె

అగురు ధూపాది వాసితాభ్యంతరంబు
మగువ నీ మన్మథచ్ఛత్రమంటపంబు
సర్వయోషిద(మ)హమాన్య సౌష్టవంబు
కాచుగావుత మోర్గంటి కటక విటుల

అనుటయు

ఎందుండి వచ్చితి రీరు కాసల్నాట
నుండి వచ్చితిమి మే ముత్పలాక్షి
యెవ్వరివారు మీ రేము సంకృతి పూతి
మాష మాధవుని కుమారవరుడ
మీ దివ్యనామకం బేదియో గోవింద
మంచనశర్మ సమాహ్వాయులము
మీరలిచ్చటికి రా గారణం బెయ్యది
చేరి మీబోంట్ల నాశీర్వదింప

నైన విచ్చేసి కూర్చుండ నవధరింప
వార్చి వచ్చెద మటువోయి వనరుహాక్షి
యెచ్చటికి వార్వబోయెద రెరుగజెప్పు
డక్కవాడకు మేము బ్రాహ్మణుల మగుట

(..........)

చిత్రావలోనంబు చేసి టిట్టుభునకు గోవింద మంచనశర్మ యిట్లనియె

చిత్రశాల

అదె దారువనభూమి యసమనేత్రుడు వాడె
సంయమీంద్రుల పుణ్యసతులు వారె
యదె కన్యకారత్న మబ్జాసనుడు వాడె
యదె రతిక్రీడా విహారశయ్య
వాడె వైకుంఠుండు వారె గోపస్త్రీలు
యమునానదీ సైకతాంత మదియె
అదె యహల్యాదేవి యమరాధిపుడు వాడె
యదె పర్ణశాలికాభ్యంతరంబు

చందురుడు వాడె యదె బృహస్పతి పురంధ్రి
జాలరియు నదె శ్రీపరాశరుడు వాడె
కుశికజుడు వాడె యదె యింద్రు కొలువు లేము
చిత్తజుని శౌర్య మెరిగించె చిత్రశాల

తియ్యనివింటిజోదు రతిదేవి చనుంగవ నొత్తిగిల్లి యొ
య్యొయ్యన వంక చక్కబడ నొత్తెడు జూచితె పుష్పబాణముల్
మయ్యెర వ్రాసె జిత్తరువు మాగిలి మాగిలి చిత్రకారుడా
దయ్యము గాక నీవి పసదానము టిట్టిభ వీనికీదగున్

అనుచు దద్గృహంబు నిర్గమించి పూర్వానుభూతయగు గాంధర్వి గృహంబు
రోయువాడు కతిపయమందిరంబులకు నవల సిందువార లతికా కుండుగంబడి
యాలంబున నెరింగి యనుంగు మొగసాలం జొచ్చిన దాసదాసీజనంబు
ససంభ్రమంబుగా నెదురేగి తోడ్కొనిపోవం బోయి యభ్యంతర మందిరంబున
మహోత్సవ వ్యాపార పారీణయై యున్న యవ్వారముఖ్యం జేరి
యాసనార్ఘ్యపాద్యాది సముచిత సత్కారంబులం బొంది సుఖాసీనుండై

ముకురవీక్షావిధి

గోత్రము వార లెల్లగెడ గూడినవారు వ్రతంబొ దేవతా
యాత్రయొ పండువో మన గృహంబున శోభనమేమి శోభనం
బత్రిసమాన నేటి యపరాహ్ణ సమాగమ వేళ బుష్య న
క్షత్రమునందు నీ యనుగు గాదిలి కూతురు చూచునద్దమున్

ఆవేళ నీవు బిడ్డకు
దీవనమంత్రంబు చెప్ప దీర్ఘాయువగున్
లావణ్యంబు వివేకము
ప్రావీణ్యము వైభవంబు భాగ్యము గలుగున్

ముకురవీక్షా విధానంబు మొదల లేక
వెల పడంతికి గారాదు విటుని గవయ
యాయజూకున కెట్లు చేయంగవచ్చు
నరణిసంగ్రహ మొనరింప కధ్వరంబు

లంజెవారికి శ్రీమహాలక్ష్మి గాదె
దర్పణము విప్రముఖ్య గంధర్వగణము
పుణ్యచారిత్ర దృష్టాంతభూమి గాదె
దర్పణమ్ము వివర్త వాదములకెల్ల

ఉన్మద మత్తకోకిల కుహూ కల పంచమరాగ రాగసం
పన్మహనీయమైన మధుమాసపు బున్నమనాడు బిడ్డకున్
మన్మథ వేధదీక్ష పదినాళ్ళగు మాత్రము నేతదర్థమై
సన్మతి నుండగా వలయు జక్కనివాడవ యక్కవాడలోన్

అదె నీ కుమారిత మదనరేఖా కన్య
వదనరేఖా వైభవమున జంద్రు
దొరగూర్చికొన్నది ధూర్తదేవత నిన్ను
దండ్రి బోలినయట్టి తరళనయన
సాముద్రికాగమ జ్ఞాన పారీణులు
కడు భాగ్యసంపద గలది యండ్రు
భాగ్యసంపదకల్మి ప్రస్ఫుటంబయ్యెగా
మీరలిందుల వచ్చి మీరియుంట

జనకుడవు కర్త వొజ్జవు సజ్జనుడవు
క్రొత్తలంజెల కాముండ వుత్తముడవు
తొడలనిడుకొని ముద్దుకూతునకు నీవు
మించుటద్దంబు చూపరా మంచిరాజ

కేల క్రొమ్మించుటద్దంబు గీలుకొల్పి
మంచితొడమీద నొప్పారె మదనరేఖ
ముద్దునెమ్మోము లావణ్యమున జయించి
కువలయాప్తుని జెరపెట్టుకొన్న కరణి

దీవించి మంచి కూతురు
శ్రీవర్ధస్వంబు చెప్పి చెవి టిట్టిభసె
ట్టి వెస నిప్పింపుము సం
భావన నొకపెండి బిడ్డపసపున కనియెన్

అనంతరంబ గాంధర్వి పూర్వసంబంధంబున నైన ప్రేమానుబంధంబున గేలు గేలం గీలించి యిట్లనియె

ఎందుపోయితి గోవింద ముందరట్ల
యెందరతివల వలపించి తెచట నెచట
దలపు పుట్టించెనే నీకు దైవమిట్లు
పాయసం బారగించిన ప్రాతపట్టు

6. ఆరవ భాగము

శ్రీకాకుళపు తిర్నాళ్ళు

దవనపున్నమ కాకుళాధ్యక్షుడైన
తెలుగురాయడు దేవతాధీశ్వరుండు
భువనహితముగ నుత్సవం బవధరింప
నందు బోయితి మీ పోయినట్టి యేడు

కారవేల్ల మతల్లికా కల్పవల్లి
కడుపు నిండార గాంచిన కొడుకుకుర్ర
జార చోర మహాధూర్త చక్రవర్తి
దేవవేశ్యాభుజంగుండు తెలుగుభర్త

పసిడికోర వేడిపాలారగించిన
బుల్లసిలిన యధరపల్లవమున
విప్రకన్య చనువు వెలయించుచున్నాడు
విశ్వమునకు కాకుళేశ్వరుండు

ఈరసమెత్తు వేదములు ప్రీ వహియించు బురాణసంహితల్
సౌరభహీనమౌ నుపనిషత్తులు లేబడు నాగమావళుల్
గారవముల్లసిల్ల సరికాకుళనాథుడు నాగదేవ భ
ట్టారకునింట బుట్టి ప్రకటంబుగ వేడుక నాదరింపగన్

గరుడస్తంభ ప్రతిష్ఠాకలన మొదలుగా గల్పమంత్రోక్త పుష్పా
ధ్వర పర్యంతంబు కృష్ణాతటిని తటమునన్ ద్వాదశక్రోశ ధాత్రీ
పరివేషాభ్యంతరశ్రీ పరమపదమునం బర్వకాలంబునందున్
బరనారీ సంగమాదుల్ భగవదనుమతిం బాపములుగాక యుండున్

వ్యామగ్రాహ్య నితంబ బింబ కుచ హారాభీల భద్రాకృతుల్
కామాంధల్ వెలనాటి కోడెవిధవల్ కాకొల్ని తిర్నాళ్ళలో
నా మాంధాత్రుడు భీమసేనుడు హిడింబాధీశ్వరుండోపునో
యేమోగాని తెమల్పనేర రితరుల్ హేలారతిక్రీడలన్

పేర్చిన సందడిం బెదవి పీల్చి రయంబున జన్నులొత్తి చే
దూర్చి యనంగమందిరము దూకొని కూరిమినీరు జర్రనన్
గార్చుకొనంగ జేసి యిరుకౌగిట నుప్పరమెత్తి యేటికిం
దార్చి రమింతు రూళుల వితంతువులం దిరునాళ్ళ పల్లవుల్

ముంజె పదనైన శంబర
భంజనుగేహములు గలుగు బ్రాహ్మణవిధవా
పుంజము లుండగ నూరక
లంజియ లేమిటికి కాకుళయ తిరునాళ్ళన్

జవరాలి బొడగన్న సన్న్యాసిపై నేయు
దులసి లేజికురాకు తూపు మరుడు
వేదవిప్రునిగన్న విధవపై ఝళిపించు
దర్భపల్లవహేతి దర్పకుండు
కటకారకుల కన్య గనిన హాళికుమీద

బొడుచు బూమునికోల పుష్పశరుడు
నాడింధముని గన్న నాతిపై నేయును
నలరు జిచ్చరకోల నంగభవుడు

బెరసి వెన్నెల గాయంగ బేరకమ్మ
పులినతలముల నాయాయి కొలములెరిగి
తాల్చు శస్త్రాస్త్రములు జారదంపతులకు
నసమబాణుండు తిరునాళ్ళ నన్ని నాళ్ళ

అని యనంతరంబ యా ముందటం జనుదెంచు వితంతుసమూహముం గని యాశీర్వదింప వలయునని

వితంతువులు

చెలగి చెలగి పొత్తిచీరలు గట్టెడు
మాసకమ్మకు దీర్ఘమాయురస్తు
సారెసారెకు దేవసదనంబులకు నేగు
చెడిపెకు సంకల్పసిద్ధి రస్తు
నిత్యంబు వ్యభిచారనిష్టతో నుండెడు
విధవకు బుత్రాభివృద్ధి రస్తు
దళముగా దులసిపేరులు ధరించినయట్టి
విశ్వస్త కారోగ్యవిభవ మస్తు

మిండముండకు సంపత్సమృద్ధి రస్తు
పరచుతెంపికి నిత్యసౌభాగ్య మస్తు

వదరుబోడికి నీప్సితావాప్తి రస్తు
బలువితంతుకు మైథునప్రాప్తి రస్తు

అని యట చనునప్పుడు

(.....)

అనిన గాంధర్వి పరదేశపట్టణంబుల వితంతువుల చేత వక్షఃకుట్టనంబు
సేయించుకొన మరిగి నీ వెట్టు మమ్ముం దలంతువు పదపద విచ్చేయు మనుచు
నీర్ష్యా కుటిలంబగు కటాక్షంబునం జూచిన

లవలవ జన్నుదోయి గదలన్ దొలుకారు మెరుంగుదీగలం
గవకవ నవ్వుడాలు దెలికన్నుల మించులు చౌకళింపగా
నవనవ యౌవనంబు గల నాటి భవ త్పురుషాయితోద్ధతుల్
శివశివ యెన్ని భంగులను జిత్తములో మరవంగ వచ్చునే

కార్యాంతర వ్యాసంగంబున నార్యవాటికిం బోవుచున్నవాడ మన మదనరేఖాకన్య
దర్పణావలోక ముహూర్తంబు సుముహూర్తం బయ్యెడు బోయివచ్చెదనని

నాగసౌరము

వెడలి పశ్చిమదిశ నాల్గుగడియలంత
ప్రొద్దు గలుగంగ నడువీథి బోయిపోయి
కేళిసఖుడును దా నాలకించి చనియె
నాగసౌరముల మ్రోత యన్నాగరికుడు

పాములాట

నాగస్వర సుషిర సర
న్నాగవరా ళ్యాది వివిధ నానారాగ
ప్రాగల్భ్య ప్రకట ఫణా
భోగములై యాడజొచ్చె భోగీంద్రంబుల్

కద్రూమహాదేవి గారాపు సంతతి
మధుకైటభారాతి మడుగుపాన్పు
కాలకంఠుని యంఘ్రి గండపెండారంబు
భానుమంతుని తేరి ప్రగ్రహంబు
నక్షత్రవీథి నెన్నడిమి పెద్దగ్రహంబు
మూలాలవాలంబు మొదటిదుంప
యాదిభైరవదేవు యజ్ఞోపవీతంబు
క్రీడావరాహంబు తోడి జోడు

యర్కనందను నెలకట్టె యంపకోల
పులుగురాయని తాత్కాలపుణ్యభిక్ష
కేతకీపుష్ప వాసనా కేత్రిమాసి
పర్వతేంద్రంబు తరిత్రాడు పాపరేడు

ఇమ్మహానాగంబులు మనకుం గార్యసిద్ధి యొసగుం గాక యని చని ముందట

కడగోర దీర్చిన కస్తూరి గీర్బొట్టు
నెక్కసక్కెంబుగా జక్క మెరయ

నడ్డంబు ద్రికటంబునై యురస్స్థలమున
గంధసార స్థాసకములు మెరయ
జాలనిగ్గులు గుల్కు పాలరెక్కల కుచ్చు
వామకర్ణంబుతో వక్కళింప
బెనచి పెంద్రుకలతో బెనపెట్టి చుట్టిన
ప్రాత చెంద్రిక వన్నె పాగ యమర

జన్నిదంబుగ బెనుబాము సవదరించి
యంఘ్రికటకంబు ఘల్లు ఘల్లనుచు మొరయ
నాహితుండిక గరళవిద్యాధిరాజు
వచ్చె బాములమెంగడు వదరులాడు

ఫూత్కారపవనంబు పూరించుపుక్కిళ్ళు
ముసిడిపండుల తోడ ముద్దుగురియ
సందిటి సంకుపూసల సద్దు కటు తుంబి
నాదస్వరోజ్జృంభణముల నడప
నేడురంధ్రమ్ములు నిరుగేల ప్రేళ్ళను
వివృతి సంవృతి లీల విస్తరింప
నాలాప తాళాంత రాంతరంబుల యందు
విక్కను శబ్దముల్ చొక్కటముగ

నాగసింధు ప్రభేద నానావరాట
రాగ గంధర్వ లహరికారంభణముల
మిహిపదంబుగ బాములమెంగ డూదె
భోగిరాజులు నర్తింప నాగసౌరము

అట చని ముందట నొక్క మంటపంబున విట భట పటలంబు నెదురుకట్ల నార్భటింప టిట్టిభుండు విని గోవిందశర్మ నడిగిన

గడిదు

నున్నపై నలుపెక్కి నొసలి చేరువకంటి
కెకువ పైచిన శిఖ పెకలుచుండ
దటపెట దిమికిట ధ్వను లొలిబుట్టింప
జాలు గుమ్మెట చంక ప్రేలుచుండ
నలుకనై మీజేత నంటిన యా క్రొత్త
మువ్వలత్తెము సారె ములుగుచుండ
(..)
నొసలు స్రుక్కించు నావుర్న నోరు దెరచు
గ్రుడ్లు మిడికించు రాగంబు గుమ్మడించు
బాడుగతులకు దను దానె పరగి యాడు
నల్ల యాతండువో తూర్పునాటి గడిదు

మేషయుద్ధము

అనుచు నట పోవ గంటె కిరాట రెండు మేషకంఠీరవంబులు నీరాటరేవున నీరను ముంచి నస్యంబు సేయుచు బెంచుటం జేసి ధేనువుల ననుధావనంబు సేయు వత్సంబులుం బోలె వాత్సల్యంబునం దన యేలికల వెంట కంఠగ్రైవేయ ఘుంటికా టంకారంబులును విషమ విషాణకోటి ఘటిత కపా లాయసాశ్వత్థ పల్లవ గుళుచ్ఛ రింఛోళికా ఘణఘణత్కారంబులు చెలంగ యుద్ధక్రీడా సన్నద్ధంబులై వచ్చుచున్నయవి యీ సజీవద్యూతంబు చూతము కాక యనుచు

గౌతూహలంబున నిలిచియున్న యవసరంబున వాహ్యాళిప్రదేశంబునం
బందెగాండ్రు పందెంబు నొడిసి తలపెట్టిన

ఉభయము భావవీథి జయమొందిన భంగి భయం బొకింత లే
కభిముఖమయ్యె వెన్వెనుకకై యట కొన్ని పదంబు లేగుచున్
రభసముతో దువాళి గొని భ్రగ్గున దాకెడు జూడు సెట్టి టి
ట్టిభ దిదిఢీ యనంగను గడింది నదభ్రము లీ యురభ్రముల్

నిటలమ్ము లవిసి నెత్తురు
సొటసొట వడియంగ సమరశూరోత్తములై
కటుకునను మెండుతగరులు
చటులాటోపమున రెండు సరిబడ బోరెన్

వట్టిపెదురు మోపు వైచిన చందాన
గుండు గుండు మీద గూలినట్లు
కడిది మ్రోత మేషకంఠీరవంబులు
తాకి తాకి తస్సి తట్టువారె

ఇట్లు తట్టువారి పొట్టేళ్ళు నాస్కందం బుడిగి మంద నిశ్వాసోచ్ఛ్వాసంబులై డిల్లపడి
మూర్ఛిల్లిన

హాహా నృపాల సింహాసనాధిష్ఠాన
రత్నకంబళకాభిరామ రోమ
మజ్జా కృపీట సంభవ మహాదిక్పాల
హేలావిహార వాహ్యాళి వాహ

మాయురే ప్రవిలంబమానాండ సంపాత
కుతుకానుధావిత క్రోష్టురాజ
అహహా శ్రీవీరభద్రావతార మహేశ
నిహత దక్ష కబంధ నిహిత వదన

భళిరె మేంఠరాజ బాపు రురభ్రేశ
ఔర యేడకేంద్ర యరరె తగర
మమ్మ హుం క్రియాభిమానా దరిద్రాణ
మేలుమేలు గొర్రె మిండగీడ

మీకు నీ గండంబులు దొలంగుం గాక యనుచు నట చని ముందట గక్షవిలంబిత
తామ్రచూడులగు నూడుపందెగాండ్ర గనుగొని యిదియును నొక్క సజీవద్యూతంబ
యీ దురోదర క్రీడావిహారంబు నాదరింప వలయు బానుగంటి కలుకోడి
తోడబుట్టువులు వోని యీ జగజెట్టి కోడిపుంజుల యందు బ్రత్యేకంబు

కోళ్ళ పోరితము

పారిజాతపు బూవు నా బరగు జూడు
తామ్రచూడంబు చూడాపథంబు జొత్తు
దర్పభరమున బ్రహ్మరంధ్రంబు నడుము
జించి వెడలిన క్రోధాగ్ని శిఖయు బోలె

టిట్టిభ యవలోకింపు నారికేళ బక జాతీయంబులై యీ జగజెట్టి కోడిపుంజులు
మెడలు నిక్కించుచు రెక్కలల్లార్చుచు గొక్కొక్కొ యని కాల్గ్రవ్వి క్రొవ్వు మిగిలి తరళ
తారకోద్వృత్త రక్తాంతలోచన మండలంబులై యొండొంటిం గదిసి చురచుర జూచి

యేచిన కోపాటోపంబున గుప్పించి యుప్పరం బెగసి చరణాంగుళీ కుటిల నఖశిఖాకోటి కుట్టినంబులం జిరుదొగడు లెగయ వక్షస్థలంబులు వ్రచ్చి వంచరలాడియుం ద్రోసియు లాసియు నాసాపుటంబులం బుటబుటన నడునెత్తిం జొత్తిలు నెత్తురు విర్రగా గరచియు బరచియు గొరకొరం గొరుకు ముఖంబున గురుకు గురుకు మనుచు సవ్యాపసవ్యంబుల నోహరిం బక్షవిక్షేపంబులం బడలువడ నడిచియు నొడిచియు నడికినడికి తప్పించుకొని సలిచప్పుడు గాక యుండం గాళ్ళక్రిందికి దూరియు జీరియు మాటిమాటికి ఘూటఘూటఘూట యని కృకాటం బుక్కుదండసంబులు వోని ముక్కులం జెక్కులం జిక్కగా నొక్కి యిట్టట్టనక బిట్టూని పట్టి గాలంపు గొంకులభంగి వంకలగు కొంకికత్తులం కడుపులొడిచికొని చించి చెండాడి కొండుకసేపు వాలిసుగ్రీవుల విధంబున విందానువిందుల చందంబున మురారిచాణూరుల ప్రకారంబున నేకాంగయుద్ధంబు సేసి చారణ గంధర్వ గరుడ విద్యాధర శ్లాఘనీయంబుగా నమోఘుపరాక్రమంబు సలిపి వీరవ్రతం బేపార వాహ్యాళీమండలంబునం దమకు దార పాయగిలం బడి వోటుగండ్లలొప్పు రుధిరంబులం దొప్పదోగి మూర్ఛాంధకారంబున మునుగుచున్నయవి

హా కుమారస్వామి యౌపవాహ్యములార

హా మంత్రదేవతాస్వాములార

హా కాలవిజ్ఞాన పాక కోవిదులార

హా భూతభుక్తి కుంభార్ఘులార

హా యహల్యాజార యభన హేతువులార

హా బలాత్కార కామాంధులార

హా నిరంకుశ మహాహంకార నిధులార

హా కామవిజయ కాహళములార

హా ఖగేంద్రంబులార కయ్యమున నీల్గ
పోవుచున్నారె దేవతాభువనమునకు
మీరు రంభా తిలోత్తమా మేనకాది
భోగకార్యార్థమై కోడిపుంజులార

అని యట పోవుచు నా దక్షిణంబున పైడికుండల మొగసాల తోడిది మాధవశర్మ
కూతురు మధుమావతిదేవి మందిరంబు

7. ఏడవ భాగము

మధుమావతి యిల్లు

సింహళద్వీపమున గాని సృష్టిలోన
బద్మినీజాతి లేదను పలుకు కల్ల
తెరవ మధుమావతీదేవి దేవకన్య
పద్మినీజాతి దోర్గంటి పట్టణమున

మలయజగంధియైన మధుమావతి యూర్పుల కమ్మదావి చెం
గలువల సౌరభంబునకు గాదిలిచుట్టము చక్రవాకులం
గలకల నవ్వు దాని చనుకట్టు తదీయ విశాలనేత్రముల్
తొలకరి క్రొమ్మెరుంగు సయిదోడులు మిండలు గండుమీలకున్

టిట్టిభసెట్టిగారు వినుడీ యొక చొక్కపు జోగి రేయి రో
వట్టిడి దీనితో గలసి భైరవతంత్రము దీర్చి మెచ్చి సౌ
ధాట్టమునన్ లిఖించె నఖరాక్షర భంగి దెనుంగు బద్యమున్
బుట్టువు పేరనాగతము భోగము భాగ్యము ప్రస్ఫుటంబుగన్

ఈ తలిరుంబోడికి గల
భూత భవద్భావికాలముల జన్మములున్
జాతులు ప్రస్ఫుటములుగా
నాతడు లిఖియించె పద్య మల్లదె కంటే

అలకాపురంబున నంగారవర్ణుడన్
గంధర్వపతి కన్య కమలపాణి
యా దివ్యగంధర్వి కపరావతారంబు
మధుమావ తోర్గంటి మండలమున
నా సుందరాంగి దాక్షారామమున బుట్టు
భువనమోహిని చిన్నిపోతి యనగ
నట్టి సత్‌స్త్రీజాతి యగు సానికూతురు
చిరకాలమున సదాశివుని గూడి

పావనంబైన తమిలేటి పరిసరమున
వేగి కురువాటికా దేశ విపినభూమి
గోవులనుపేరి చెంచుల కులమునందు
గడిమికత్తుల నా గలుగ గమ్మి యలదు

కడిమికత్తులమ్మి నిడువాలు కన్నులు
గండుమీల నడచు మిండగీడ
దాని చన్నుదోయి ధారా సురత్రాణ
కటక కుంభి కుంభ కలహకారి

మదాలస

ఈ మధుమావతీదేవి చెలియలు మదాలస మామ మీసాలప్పయ ద్వివేదుల కొడుకు శ్రీధరునకు ననుపులంజెయై యుండు నా కంజాక్షిం దగిలి యా రంజకుం డచ్చోటనే యున్నవాడని విన్నార మరయుదము గాక యనుచు మోసాలం జొచ్చి కక్ష్యాంతరమ్ములు గడచి గాజుటోవరి ముందట గటకంబళంబుల మీద

దమలో జిటపొటబోవుచుం గూడియుం గూడక యున్న యప్ప చెలియండ్రను
మామయాత్మజునిం జూచి గోవిందుండు మందస్మితంబున

ఆహిపెట్టితి జొన్నగడ్డాగ్రహార
వృత్తి యేనూరు రూకల వృత్తమునకు
ననుభవింపుడు నీవు మదాలసయును
సరససంసార మింతయు నధ్రువంబు

మిన్నకున్నార లిది యేమి మీరు ముగురు
నీగకును బోక వెట్టిన యిట్టిభంగి
హెచ్చు గుందింతమాత్ర మేదేని గలదె
మిగుల గోపంబు మీకు లేమియును దోచె

అనిన మధుమావతి గోవిందమంచనశర్మతో నిట్లనియె

ఏమి చెప్పుదుము మాకీవు తోబుట్టుగ
వైననుం జెప్పక యడపరాదు
నీదు వియ్యంకుండు నిర్భాగ్యు డీతండ
యీ పోయినట్టి రే యే కమతమున
మా మదాలస కేళిమందిరాంతరమున
హంసతూలికపాన్పు నందు నొంటి
నిద్రించి యుండంగ నీవిబంధం బూడ్చి
యటు చేయవలసిన యట్టు చేసె

మధు మదారంభమున మేను మరచి యపుడు
మోసపోయితి మీ నాడు ముట్ట దెలియ
జెలియలికి నాకు గొడ్డేర కలక పుట్టె
బ్రాహ్మణుడె వీడు విశ్వాసపాతకుండు

నడురేయి మధుమదంబున
నొడలెరుగక యున్న నన్ను నోవరి లోనన్
దడవెను గుడిలో నుండియు
గుడిరాలను దీసె వీడు గోళకుడరయన్

పాడిపంతంబు లెరిగిన పెద్దవు నీవు మాభాగ్యకృతంబున విచ్చేసితివి యజ్ఞాన
కృతంబునకుం బ్రాయశ్చిత్తంబు విధింపుమని మరియును

హాలాపాన మదాతిరేకమున బర్యంకంబుపై నొంటి ని
ద్రాలస్యంబున నుంట దక్క మరి యేయన్యాయమున్ జేయ నే
నేలా పాపము గల్గె నీ భయమువో నేముట్టెదన్ శుద్ధికై
వాలాయంబును మీనకేతనుని దివ్యశ్రీ పదాంభోజమున్

అనిన గోవిందుండు మీరు విటజన ధర్మసూక్ష్మం బెరుంగ రిది యన్యాయంబు
గాదు వేశ్యాజనంబునకు వావివరుస యెక్కడిది తొల్లి సముచిసూదనునకు
ననుపులంజెయై యూర్వశి యతని కొడుకు గవ్వడిం గామింపదే రావణుండు
నలకూబరుని రంభోరు నంభోరుహాక్షి రంభం గోడలిని సంభోగింపక సాగనిచ్చెనే
వారకాంతను దల్లి దాసి యప్ప చెలియలు కూతురు దాది యని కేళికాగేహంబునం
బరిహరించుట విటధర్మంబు గాదు

జాణతనము గల్గి సవరతనము గల్గి
తెలివి గల్గి మోరతీరు గల్గి
చేయలంతి తనకు జేకూడినప్పుడు
వావి వలదు లంజెవారి యింట

అని పలికి సౌముఖ్యంబు సంపాదించి

వదినెయు లంజెయున్ విటుడు వైరము లాత్మల నుజ్జగింపు డ
భ్యుదయ పరంపరా విభవ భోగము లందుడు మేము వోయి వ
చ్చెదమని వారి సత్కృతులు చేకొని మంచనశర్మ వెళ్ళె ద
త్సదన మపారభాగ్య ధనసంపద కెంతయు జోద్యమందుచున్

కొడుకులు కూతులుం గలిగి కూడును బాడియు ద్రవ్వి తండమై
విడిముడి లాతుగా గలిగి వెండియు బైడియు నిండ్ల లోపలన్
దడబడ దారు బంధువులు దామరతంపరలై సుఖించు వా
రుడుపతిమౌళి మౌళి నొక యుమ్మెత పూవిడువారు వేడుకన్

అనుచు మధుమావతిదేవి భవనంబు వెలువడి కట్టాయితంబైన
ఘుటశాసిపుంగవుండు నింగి చెరంగు మొన వ్రాలిన పతంగబింబంబు గనుగొని
టిట్టిభ యదె చూడు వరుణరాజ వారాంగనా విలాసదర్పణానుకారియై యహర్పతి
గ్రుంకం బోయె నింక మనకు సేవంకం దడయ బనిలేదు కుహాళీచషకంబుల
నారికేళంపు మధువుం గ్రోలి మత్తిల్లి వీరె మందిరోద్యానవీథులం బల్లవాధరలు
పుష్పగంధికా నృత్యంబులు పరిఢవించెదరు వారు కొందరు మందిరప్రాంగణంబున
వారాంగనా జనంబులు విచిత్రశ్లోకంబు లనేకరాగంబులం గూర్చి లాస్యాంగం
బుత్తమంబుగా జూపెదరు మరియు నంతరాంతరంబులం బ్రచ్ఛేదన సైంధవ

ద్విమాడక స్థితపార్శ్యాది మార్గాభినయ భేదంబులు రసభావ భావనామోద మధురంబుగా శాతోదరు లభినయించెదరు ఇవ్విధంబున వినోదంబు లిన్నియుం జూడం దలంచితిమేని కామమంజరీ గృహప్రవేశంబునకుం గార్తాంతికుండు పెట్టిన ముహూర్తంబు సరిగడచు నిపుడు పుష్యనక్షత్రంబున నాల్గవపాదంబు నడచుచున్నయది కాలావర్త విషనాడికా స్పర్శనంబు లేక యమృతద్వంద్వంబు గూడి యుందుబింబాననా ధరోష్ఠపల్ల వామృతపారణ లాభంబునకుం గారణంబుగా గలిగి యున్నయది యివ్వేశవాటంబు వీథీవిటంకం బతిక్రమించి పేవేగం జనవలయు నిదె యాటది యొక సురపొన్న క్రీనీడ క్రీడాభరంబున గన్నియలంగూడి కందుకక్రీడ యొనర్చుచున్నయది దీని నలవోకవోలెనైనం జూడవలయునని చూడం జని

బంతులాట

పంచారించిన లేత చన్నుల పయిం బ్రాలంబముల్ గ్రాలగా
గాంచీనూపుర కంకణ క్వణములన్ గర్జింప బాలాజనుల్
కించిన్న్యంచ దుదంచిత క్షమముగా గ్రీడించెద ర్వాడుమా
చంచత్కాంచన కందుక త్రయములన్ సవ్యాపసవ్యంబులన్

నట్టువుని కోడలు

అనుచుం గతిపయపదంబు లరుగ గట్టెదుర నొక చెట్టవుని కోడలు గోడలు నక్కి చూడ బొడగని యమ్మచ్చెకంటి మున్ను దన్నెరింగినది యగుట టిట్టిభున కెరింగించి గోవిందమంచనశర్మ యిట్లనియె

వ్రాలె నరవిందలోచన
పాలిండులు చూడజూడ ప్రసవాంత్యమునన్
ఏలా యీ మాటల పని
వ్రాలుట చోద్యంబె చక్రవాకుల కొదమల్

అనుచుం జనునప్పుడు ముందట నొక సైరికునిం గని టిట్టిభునకుం జూపి యిట్లనియె

సైరికుడు

మాఘమాసంబు పులివలె మలయుచుండ
బచ్చడం బమ్ముకొన్నాడు పణములకును
ముదితచన్నులు పొగలేని ముర్మురములు
చలికి నొరగోయకేలుండు సైరికుండు

దిక్కరికుంభ కూటముల దీకొను చన్నులు కాముతేరిపై
టక్కెపు గండుమీల నునుడాల్కొను కన్నులు క్రొమ్మెరుంగుతో
నుక్కివమాడు మేనిపస యొడ్లకు గల్గునె యోరుగంటియం
దక్కలవాడలోని వెలయాండ్రకు దక్క గిరాట టిట్టిభా

అనుచు నట చని వేశవాటంబు వెడలి భైరవాలయ ద్వారంబున బాడి పంతంబునం గూడిన పౌరవిటలోకంబుం గనుంగొని యేమి ధర్మాసనంబు దీర్చెదరొకో యని యడిగిన

8. ఎనిమిదవ భాగము

జారధర్మాసనము

ముును తనకూతు దీముగ జూపి రోపట్టు
పరదేశివిటునిచే బణము గినిసి
ననుపు పల్లవుని సన్నకుసన్న రప్పించి
యతని శయ్యకు దాని ననిపి పుచ్చి
కైసేసి తన యింటి దాసి నా విప్రున
కాతిథ్య మొనరింప ననుమతించె
దాని నా ద్విజుడు ప్రాతఃకాలమున జూచి
బెడదవెట్టిన యప్డు బెదరదయ్యె

పిళ్ళ కోపంబుతో నిల్లు వెళ్ళివచ్చి
తలవరుల కీ ప్రసంగ మంతయును జెప్ప
వారు రప్పింప వచ్చె నీ వదరుజరభి
లంజెతల్లియె యిదియు గుల్లాము గాక

అనిన నజ్జరభి భయంబునొంది సభాసదులకు దండప్రణామంబు సేసి యా ద్రవిళు నుద్దేశించి

నీకుం జేసిన బాస యెట్టిదియొ తుండీరద్విజశ్రేష్ఠ మా
రాకాచంద్రనిభాస్య కాకతి మహారాజేని బుత్తెంచినం
గైకో దెట్టులు నేమి సేయుదును శృంగారంపు లేదోటలో
పైకొంగెత్తి కుచంబులొత్తి పరిరంభంబీదు లే గ్రోవికిన్

మమ్ము నూరక రట్టుసేయుట ధర్మంబు గాదనుచున్న యా ధూర్తజరభిం జూచి
యవ్విటలోకంబు ప్రోడనొక్కని నిమిత్తంబున భంగపెట్టు టయుక్తంబని నీవు
విటధర్మం బెరిగిన వాడ వానతీయవలయు ననిన గోవిందుండు

కందర్ప శాస్త్రవేదులు
నిందుకు షాణ్మాసచింత యేలా నెరపన్
సందేహింపక గొరిగిం
పం దగు నీ జరభి జుట్టి వట్టి రయమునన్

ముక్కు సోణంబుదాకను చెక్కుటొకటి
బోసినోరుగ బండ్లూడ బొడుచుటొకటి
గూబలంటంగ చెవిదోయి గోయుటొకటి
లంజెతల్లి యొనర్చు కల్లలకు శిక్ష

మాకుం దోచిన ధర్మంబు జెప్పితిమి యథాపరాధంబుగా నీ యధమజాతిని
దండింపుడు మరియు నొక్క విన్నపంబు

స్మరదివ్యాగమ కోవిదుల్ మదనశిక్షాతంత్ర విద్యావిదుల్
సురతారంభ మహాధ్వర ప్రవణు లిచ్చోనుండు వేశ్యావరుల్
తిరమై నాకు ననుజ్ఞ యిండిపుడు తార్తీయీకమై యొప్పు న
ప్పురుషార్థంబు నెరుంగబోయెద బునర్భూ భామినీవాటికిన్

అనంతరంబ భాస్వంతుండు వరుణరాజ శుద్ధాంత కాంతా నివాస
మాణిక్యదర్పణంబై చరమగిరి కటక కాననంబు మాటునం జాటువడియె
గాశ్మీరపరాగచ్ఛటా భాసురంబైన సంధ్యారాగంబు నింగి యింగిలీకంబునం బెట్టి

క్రీడోద్ధూత ధూర్జటి జటాజూట వల్లీ మతల్లికా మల్లికా కోరకాకారంబులై తారకంబులు
వియత్తలంబున దళతళ వెలింగె విభావరీపురంధ్రీ కర్ణపూర చాంపేయకుసుమ
సాదృశ్య సౌభాగ్య సంపత్సాదన లంపటంబులై భువనప్రదేశంబులు ప్రకాశించె
నెరసంజయు మసమసకని చీకట్లునుం గలసి దిక్సౌధ కూట వాటీ
నికురుంబంబుల ప్రేలవిడిచిన కురువిందపూసల పేరునుం బోలె పొలుపుమిగిలె
నప్పుడు గోవిందశర్మ గోధూళిలగ్నంబున నార్యవాటిక బ్రవేశించి కామమంజరీ
చౌర్యరతివిహార సంకేతస్థలంబులైన రథ్యాముఖ శివచత్వర ప్రపా మంటపంబులు
విలోకించుచు గులటాఫాలతిలకుం గుంటెనకత్తియలగు కొత్తెమజంగమబోడితలకుం
గ్రేగంటిచూపుసన్న దనరాక యెరింగింపుచు నవ్వేళకుం జూడ గూఢ వివిక్తంబునుం
బూర్వపరిచితంబునుం బురుషశూన్యంబును వివాహ కాలోచిత వృత్త స్తనభార
వివిధవిలాస విప్రవాసకన్యా సనాథంబును విశ్రామస్థలంబును నైన యొక్క
తమ్మడిసాని మందిరంబున విడిసి తన రాక దేవయాత్రామిషంబున
నప్పూజరివిధవ చేత నెరింగింపం బంచి వీరభద్రేశ్వరస్థానంబు వెనుక
బొడ్డసబావియందు గృతసంధ్యావందనుండై నిజాంతర్గతంబున

కంగటికాలు పుచ్చుకొని ఖంగన గాలు కిరీటకూటమున్
లొంగ గొనంగ లేరు రవి నోరు దటాలున దన్నలేరు క
న్నింగల మూని దర్పకుని నేర్పగలేరు లలాటపట్టకో
త్సంగము చేరునే యహహ తక్కటి వేల్పులకై మదంజలుల్

అనుచు శివార్చనంబు దీర్చి సుఖాశీనుండై టిట్టిభునితో యిట్లనియె

వదనాంభోరుహ ఫూత్క్రియాపవన నిర్వాణప్రదీపంబు ....

పొదలిన చీకువాల నడుప్రొద్దున యౌవనగర్వవిక్రియా
మదమున వింజ మాకిడిన మాడ్కి బురంబు జనంబు నిద్దురం
గదిరిన వేళ నాయెడకు గామిని రా నలవాట సేతకై
.... నిమీలితాక్షియై

దట్టపు నీలిచేల గడితంబుగ గచ్చ బిగించి ద్రిండుగా
గట్టి కటారికోల కరకంజమునం ధరియించి గుబ్బచ
న్కట్టున దోపుటంగి తొడి గ్రక్కున నన్నడురేయి వచ్చి నా
కట్టెదురం జోహారు లను గాంత భటుండయి నవ్వులాటకున్

అనుచుం టెక్కు ప్రకారంబుల నా కాముకుండు పూర్వవృత్తాంతంబు కట్టనుంగు జెలికాడైన కిరాట టిట్టిభసెట్టితో నుబ్బున నుగ్గడింపుచు గామమంజరీ సందర్శనోత్కంఠాతిసంకులంబైన చిత్తంబు మన్మథాయత్తంబై యుండ గొండంతయాశతో ధార్మికధర్మపతి యెప్పుడు వచ్చునోయని యువ్విళ్ళూరుచుం దృణంబు చలించినం జీమచిటుకన్నునుం జెవి వ్రాలంబెట్టి యాలించుచు భామినీ విలోకనోత్సవం బాసన్నంబగుటం జేసి .... దీపంబునుం బోలె బరితాపంబు వహించుచుండ నంత జంద్రుండు పురందర హరిద్దరీకుహర గర్భాంతరాళంబున నుండి కంఠీరవంబునుం బోలె మింటికి లంఘించి మయూఖ నఖరంబులం దిమిరకుంభి కుంభంబులు వ్రచ్చి వందరలాడి నభఃక్రోడంబున నుడుగణంబులను ముత్తియంబుల వెదజల్లె నావేళ నిండువెన్నెల గాయ బ్రాణనాయకుండు వచ్చుట గని విని పరమహర్షోత్కర్షంబున

కామమంజరి

కరపద్మంబున బైడిపళ్ళెరమునం గంధాక్షతల్ పచ్చక
ప్పురమున్ వీడెము గొంచు గ్రొత్తమడుగుం బొన్పట్టు నీరంగుతో
ముఱిపెంబొప్పగ వచ్చె జౌర్యరతసంభోగార్థమై కామమం
జరి గోవిందుని యొద్దకున్ శివనమస్కారచ్ఛలం బొప్పగన్

మోదంబున రాకాచం
ద్రోదయ దేవతయు బోలె నొయ్యన జన శా
తోదరి గోవిందుని శ్రీ
పాదంబుల కెరగె భక్తి భయ లజ్జలతోన్

మచ్చికయుం బ్రమోదమును మన్ననయున్ నయమున్ విలాసమున్
మెచ్చును నేర్పడం దనకు మే యిడి మ్రొక్కిన కామమంజరిన్
గ్రుచ్చియు గౌగిలించె సరిగుబ్బచనుంగవ రెండుక్రేవలన్
బచ్చనివింటిజోదు పయిపై బులకంబులు నారువోయగన్

అనంతరం బాసనాసీనులైన నగ్గోవిందుండు కామమంజరిం జూచి

అరవిందాస్య తలంచి చూడ నిది యత్యాశ్చర్యమో కాని నీ
సరసాలాపము లాదరించి వినగా సంభావనం జూడమిన్
ఖరపాకంబయి కర్ణరంధ్రముల కంగారంబుగా బిట్టు ని
ష్ఠురముల్ పల్కెడు రాజకీరములు గండుంగోయిల శ్రేణియల్

అని జారదంపతులు పూజరివారి యింటిముంగిట వెన్నెల బైటనుండి
టిట్టుభునకుం గట్టాడిముత్తియంబునుం బోని తమ్మడిసానిం గూర్పు నేర్పు
విచారించి సన్నపుటెలుంగునం బూజరిసానిం బిలిచి కనకనిష్కంబు తోడ గూడ

గర్పూరంబు వీడియం బచ్చేడియ చేతిలోనం బెట్టి యాపాదమస్తకంబు వీక్షించి
శిరఃకంపంబు సేసి

బంగారుతలుపులు పాయంగ ధట్టించి
లావణ్యవిత్త మేలా వ్రయించె
లావణ్యవిత్తమేలా వ్రయించున గాక
యతిమాత్రమేలా ప్రయాసపడియె
నతిమాత్ర మాయాస మనుభవించును గాక
విటజనంబుల నేల వెడ్డుకొలిపె
విటజనంబుల కారపేరంబు సేయగా
నేల నిర్మింపడో యెనయు మగని

సొమ్ముపోక మహాప్రయాసమ్ము రాక
ప్రజలబాధ నిరర్థకారంభణంబు
లెలమి సిద్ధింప నేమిగా దలచె నొక్కొ
సరసిజాసనుడీ తలోదరి సృజించి

దొరసెమునందు జుట్టుకొని తోరణకట్టె నురోవిభాగమున్
నిరుడు పయోజకోశ రమణీయత దాల్చెను వర్తమాన వ
త్సరమున నొప్పె హేమకలశంబుల బాగున ముందటేటికిం
గరినిభయాన చన్ను గవ కౌగిలిపట్టులు గాకయుండునే

సన్నచూపుల బూజరిసాని బిలిచి
పసిడిటంకంబు పరిరంభ పణము సేసి

టిట్టిభునితోడ నేడు కూడింపు కూతు
నేకశయ్య్య సహాయసుశ్రీకి మించ

కన్నెరికముడుప పేరే
సొన్నాటంకములు రెండు చుట్టంబులలో
గన్ను మొరంగెడు నేర్పును
విన్నాణము మాకు గలదు వెరపేమిటికిన్

అని నుతింపంజెప్పి బొమలమీద వెండ్రుకలు వ్రాల పూజరిసాని బిడ్డను వెడ్డువెట్టి
టిట్టిభుని చేతికిచ్చి యచ్చవెన్నెలలం బొరపొచ్చెంబులేని మచ్చికల
చంద్రమండలంబు మీద దృష్టి నిలిపి టిట్టిభుండు విన నిట్లనియె

కలశపాథోరాశి గారాపునందన
కల్యాణములు మాకు గలుగజేయు
కుసుమకోదండుని కూరిమిమామ సౌ
ఖ్యాభ్యుదయంబు మా కాచరింపు
రాకావిభావరీ రమణీమనోహర
సంతోషములు మాకు సవదరింపు
శౌరిపట్టపుదేవి కూరిమిసయిదోడ
యైశ్వర్యములు మాకు నాచరింపు

మనుచు గొజ్జంగినీరను నర్ఘ్యమిచ్చి
పచ్చికప్పుర మందంద బడిసిపైచి
మ్రొక్కి రనురాగసంపద మూరిబోవ
జారజాయాపతులు నిండుజందురునకు

నటులది దోరసముద్రము
విటులది యోర్గల్లు కవిది వినుకొండ మహా
పుటభేదన మీ త్రితయము
నిట గూర్చెను బ్రహ్మ రసికులెల్లను మెచ్చన్

ముదమున ముల్కినాటిపుర మోహనశైల సువర్ణకందరా
సదనుడు కాలభైరవుడు శంభునిపట్టి సమగ్రవైభవా
భ్యుదయ పరంపరా విభవముల్ గృపసేయు గవీంద్రకాంక్షిత
త్రిదశ మహీరుహంబునకు దిప్పయవల్లభరాయమంత్రికిన్

అని యందరును యథాసుఖంబుగ నిజస్థానంబుల కరిగి సుఖించుచుండిరి

గద్య

ఇది శ్రీమన్మహామంత్రిశేఖర వినుకొండ తిప్పయామాత్యనందన చందమాంబాగర్భ పుణ్యోదయ సుకవిజన విధేయ వల్లభరాయ ప్రణీతంబైన క్రీడాభిరామం బను వీథినాటకంబున సర్వంబు నేకాశ్వాసము

సంపూర్ణము

క్రీడాభిరామము   వినుకొండ వల్లభరాయడు

Made in the USA
Monee, IL
22 August 2025

23934418R00046